பெரியபுராணம் 'ஒரு சுயசாதி எழுச்சி'

முதலான சில கட்டுரைகள்

யௌவனம்

பொருளடக்கம்

பொருளடக்கம்

மகிழின

இளம்பரிதி குமர

இஸ்க்ரா

1

பயணத்துப் பட்சிகள்

ஓராயிரம் சுக-துக்கங்களை சுமந்தபடி செல்கிறது, ஒரு பேருந்து. ஆஹா! அதன் வருகை-யில்தான் எத்தனைப்பேரின் காத்திருப்பு பூர்த்தியாகிறது; அதன் இருப்பில் எத்தனைப்பேரின் இருமாப்பு இடம்பெயர்கிறது. பேருந்து. பெயருக்கு ஏற்றபடி பல பேரின் உந்துதலால் செல்லும் நகரும் நடனம் அது; ஓடும் ஓய்வறை; பாடும் பறவை; களிக்கும் காதலி!

ஒரு பேருந்துப் பயணம் நம்மை என்னவெல்லாம் செய்கிறது? விரக்தியுடன் கிளம்பும் ஒரு மனிதனை மெல்ல மெல்ல சாந்தப்படுத்துகிறது. உத்வேகமான பாடல்களால், நேர்மு-கத்தேர்வில் தோற்ற ஒருவனை மேலும் பயணிக்கத் தெம்பூட்டுகிறது. புதுப்புது முகங்களை அறிமுகம் செய்கிறது. பல நமட்டு உரையாடல்களை, திருட்டுத்தனமாய் கேட்கவைக்கிறது. குடிபோதை அட்டூழியத்தை வேறு வழியில்லாமல் சகிக்க வைக்கிறது. ஜன்னலோர காற்றா-லையால் வகுடெடுத்த தலைமயிரை சிலுப்பி விடுகிறது. சில்லறைத் தராத கண்டெட்டர்களை சிலசமயம் முன்கோபிக்க வைக்கிறது. உட்கார்ந்த மாத்திரத்திலேயே பல அழகுப் பெண்களை வரிசைக்கட்டி கண்முன் நிறுத்துகிறது!

இத்தகையப் பேருந்துள் நுழைவது என்பது அத்தனை இலகுவான வேலை அல்ல. எல்லா பேருந்துகளும் சந்தோஷத்தை தூக்கிவாரித் தந்துவிடாது. பஸ் ஸ்டேண்டில் தன்னந்-தனியாய் நிற்கும் ஒரு பேருந்தை பார்த்து மோகம் வந்தால், நீங்கள் ஒதுங்கிக் கொள்ளலாம். திருட்டுக்கு இருட்டு எவ்வளவு முக்கியமோ - அவ்வளவு கூட்டம் பேருந்துக்கும் முக்கியம். முண்டியடித்து முன்சீட் பிடித்தால், ஒருகணம் நீங்கள் தொல்லியல் ஆய்வாளர் ஆகலாம்.

'Karthi Luves Keerthana' என்று எழுதப்பட்டிருக்கும் உங்கள் முன்சீட்டின் முதுகில் 'ரோமியோ ஜூலியட்' காவியமே அடக்கியிருக்கும். இந்நேரம் இந்தப் பெயரை உங்களுக்குத் தெரிந்த யாரோ ஒருவரின் முகம் கொண்டு மேட்ச் செய்து பார்க்க அடி மனதில் ஒரு அழுக்குத் திரவம் பூண்ட ஆசை எட்டிப்பார்க்கும். ஒருவேளை அது உங்கள் முன்னாள் காதலியின் பெயராக இருந்தால், காரணமின்றி கண்கள் பிசுபிசுக்கும். இந்த மூன்று வார்த்-தைகள் நம்மை படுத்தும் பாடு - பயணம் நெடுக இம்சிக்கும்.

காதல் உற்ற செய்தியை கல்வெட்டாய் பதிவு செய்ய, காலங் காலமாய் காதலர்கள் எத்தனிக்கிறார்கள். சங்க இலக்கியத்தின் மடலேறுதலில் தொடங்கிய இவ்வைபவம் நவீன காலத்தில் வரலாற்று பெருஞ்சின்னங்களில் பெயர் பொறிப்பதில் வந்து நிற்கிறது. 2020-ல்

விகடனில் நான் எழுதிய கட்டுரை ஒன்றில் கபிலர் குன்று பாழ்பட்டு கிடந்த நிலையை குறிப்பிட்டிருந்தேன்.

சரி மீண்டும் பேருந்துக்கு வருவோம். முன் சீட்டின் முதுகை வருடிக் கொடுத்தபடி இலயத்துப் படுங்கள். தூக்கம் வராது.

'முன்பே வா.. என் அன்பே வா' என்றொரு காலர் டியூன் உங்கள் காதில் விஷேசமாய் ஒலிக்கும். ஆம். அது உங்கள் முன்னாள் காதலியின் அதே காலர் டியூன். கால் செய்தவரை திரும்பி பார்ப்பீர்கள். அடையாளம் தெரியாது. ஆனாலும் கோபம் வரும். மனம் தனிமையில் சல்லாபிக்கும்.

தனித்துவிடப்பட்ட மனித மனம் Uranium 235 - ஆல் ஆனது. சிறதளவு சோகம் நியூட்ரானாக வந்தாலும் சரி Uranium 236 - ஆக உருவெடுத்து மாபெரும் அழிவு சக்-தியை புழுங்கி புழுங்கி வெளியேற்றும். அதன் வீரியம் கணக்கிட முடியாதது.

அப்போது நம் மனதை சாந்தப் படுத்த வருபவர்தான் சொர்க்க லோகத்தின் பார்ட் டைம் தேவதைகள். பேருந்து மாதிரியான ஒரு அமைப்பு இவ்வுலகில் வேறெங்கும் இல்லை என மார்தட்டி சொல்வதற்கு இவர்களே காரணம்.

பெயர் தெரியாது. ஊர் தெரியாது. முன் பின் அடையாளம் தெரியாத இத்தேவதைகள் வசந்த காலத்தையே கையோடு கொண்டுவருகிறார்கள். இவர்கள் எந்த நிறுத்தத்தில் ஏறு-வார்கள் என யாருக்கும் தெரியாது. சிலநேரம் கண் மூடித் திறப்பதற்குள் சிறகடித்துவிடுவார்-கள்.

அதிர்ஷ்டம் போர்த்தி அமர்ந்திருக்கும் போது, வசந்தம் மேவிய காற்று உங்கள் ஜன்ன-லைத் தீண்ட அனுமதி கேட்கும்.

நல்லவேளையாக 'எருக்கஞ்செடி ஓரம் இறுக்கி பிடிச்ச என் மாமா' வகையறா பாடல்-களை மூட்டைக்கட்டிய டிரைவர் யுவனின் பெண்டிரைவை ஒலிக்க விட்டிருப்பார்.

தேவதையின் ஒருகை பேருந்தின் கம்பியைப் பிடித்தபடி, மற்றொரு கை காற்றில் அசை-யும் கூந்தலை வருடியபடி. சிலசமயம் தொட்டுப்பேசும் பாக்கியம் சில கணவான்களுக்கு வாய்ப்பது உண்டு. அமைதி காத்தால் காற்றில் அவர் ஷால் விழும். பொறுமை இழந்து சில்மிஷம் செய்ய முற்பட்டால் - செருப்பு விழும்.

பக்கத்து தேவதைகளை பக்குவமாய் பார்க்கவேண்டும். பயமிருந்தால் ஜன்னல் கண்ணா-டியை உதவிக்கு அழைக்கலாம். வேடிக்கைப் பார்ப்பதாய் - கண்ணாடிவழி அவர்கள் பிம்-பத்தை ரசிக்கலாம். அந்தரத்தை பார்த்தல் இங்கு மரபு மீறல்.

மனிதர்களுக்கு காதல் வந்தால் வயிற்றில் பட்டாம்பூச்சி பறப்பது போல் - பட்டாம்பூச்சி-களுக்கு காதல் வந்தால் அதன் வயிற்றில் மனிதர்கள் பறப்பார்களா என்ன? இல்லை. இது காதலும் இல்லை காமமும் இல்லை. மத்தியில் ஒன்று. மயக்கம் தரும் போதையும் அன்று.

பக்கத்து தேவதை அடுத்த நிறுத்தத்தில் இறங்கி விடும்போது, தூரத்து தேவதையின் தரி-சனம் வாய்க்கப்பெறுகிறோம். பெரும்பாலும் தூரத்து தேவதைகள் நம்மை திரும்பி பார்ப்-தில்லை - இல்லையெனில் நாம் திரும்பிப் பார்க்க இசைவு தருவதில்லை.

ஏழெட்டு இருக்கைத் தாண்டி கழுக்கமாய் உட்கார்ந்து கொண்டு, இடப்புறத்தில் தொடங்கி வலப்புறம் திரும்புவதாய் மின்னல் பார்வை ஒன்றில் தேவதையின் பாவனையை மனதில் பதியமிட்டு, பின் அதை கண்மூடி ரசிக்கும் மயக்கம் இந்த மண்ணுலகில் வேறெங்-

குக் கிட்டும்?

தேவதைகள் தேவைப்படுகிறார்கள். ஊர் தெரியாமல் - பெயர் தெரியாமல் - கண்களால் மருத்துவம் செய்து பல இன்னல்களை கொய்து எரிய, ஒவ்வொரு பயணத்திலும் சிலபத்து தேவதைகள் தேவைப்படுகிறார்கள்.

இந்த வசந்த காலத்தில் இருந்து நம் பயணத்தை முடித்துக் கொள்ள இன்னும் இரண்டு நிறுத்தங்களே பாக்கி. மனம் ஒருமையில் வாடும். மீண்டுமிந்த பொழுதை எண்ணி உரத்த ராகம் ஒன்றை பாடிவிடத் தோன்றும். இருக்கையை விட்டு எழுந்திருப்பீர்கள். மீண்டுமிந்த சோக அலைவரிசை காற்றில் நம்மை வந்து சேரும். தேவதைகள் கொஞ்சம் கொஞ்சமாய் மங்கத் தொடங்குவார்கள்.

கூட்ட நெரிசலில் தட்டித் தடுமாறியபடி படிக்கட்டிற்குச் செல்வீர்கள். ஒரு தேவதையாது நம்மோடு இறங்குமா என்று ஏக்கத்தோடு எட்டிப் பார்ப்பீர்கள். அதற்குள் நிறுத்தம் வந்துவி-டும்.

பையை சரிசெய்துகொண்டு திரும்புகையில், "இஸ் தி ரெயில்வே ஸ்டேஷன் டு ஃபார் ஃப்ரம் ஹியர்?" என கேட்பாள் ஒரு தேவதை.

அங்குத் தொடங்குகிறது ஒரு ஆணின் அவஸ்தை.

2

நெஞ்சை வருடும் நெருடா - ஓர் அனுபவக் குறிப்ப

உலகக் கவிதை வரலாற்றில் ஆகச்சிறந்த கவிஞர்கள் பட்டியலில் என்றும் நிலைத்திருப்பவர் பாப்லோ நெருடா. சிலி நாட்டில் பிறந்து, தென்கிழக்கு ஆசியாவில் வாழ்ந்து, கம்யூனிஸ்ட்- ஆக மாறி, கவிதையில் கரைந்து, மர்மமாக மறைந்த முழுமுதல் ஆச்சரியம் அவர்.

தன் 20-ம் வயதில் அவர் வெளியிட்ட 'இருபது காதல் கவிதைகளும் நிராசைப் பாடல் ஒன்றும்' என்ற நூல், அவர்தன் வாணாளில் சிலியில் மட்டும் 20 இலட்சம் பிரதிகள் விற்று, அந்நாட்டின் தேசிய புத்தகம் போல் ஆனது. அந்த நிராசைப் பாடலுக்கு தமிழில் மட்டும் அரை டஜன் மொழிபெயர்ப்புகள் இருப்பதாக 16 ஆண்டுகளுக்கு முன்பே சலபதி சொல்கி-றார்.

1980-களிலேயே 'துயர்மிகு வரிகளை இன்றிரவு நான் எழுதலாம்' என்ற இந்நூல் மொழிபெயர்த்து முற்றுப்பெற்றிருந்தாலும் பல ஆண்டுகளாக கைப்பிரதியாகவே இருந்துவந்-தது. நூல் வடிவம் பிடிக்க சில ஐந்தாண்டுகள் ஆனபோதும், கவிதையின் சாரமோ - உணர்-வின் ஒத்திசைவோ மொழிபெயர்ப்பின் நேர்த்தியோ துளியும் குறையவில்லை.

இந்நூலுக்கு அவர் எழுதியிருக்கும் அறிமுகவுரை மிக நுட்பமானது. சலபதிக்கு முன்னரே சில மொழி பெயர்புகள் எழுதப்பட்டிருப்பினும் அவரை அவை ஏன் திருப்திபடுத்தவில்லை என இந்நூலின் முன்னுரை திறமாக வாதிடுகிறது.

//Since என்ற சொல் 'பின்னாக' என்றும் 'என்பதனால்' என்றும் பொருள்படும். You are like nobody since I love you - 'என் காதலி என்பதனால் யாரும் உனக்கு ஈடாக மாட்டார்கள்' என்று பொருள் தரும் அருமையான இந்த வரியை 'நான் உன்னைக் காதலித்ததிலிருந்து நீ யாரைப் போலவும் இல்லை' என்று ஒரு கவிக்கோ மொழிபெயர்த்தி-ருக்கிறார்.//

என்ற பத்தியில் தட்டையான மொழிப்புலமை, கவிதையில் எவ்விதமான சேதாரங்களை உண்டுபண்ணுகிறது எனப் பேசுகிறார்.

// 'Cry' என்பது 'அழுகை' என்பதைவிடப் பெரிதும் 'கத்துதல், அலறல், அழைப்புக் குரல்' என்றே பொருள்தரும். You will answer me to the last cry என்பதில் 'அழுகை' என்பது பொருத்தமற்றது. 'அழைப்பு' என்பதே அதிகமும் பொருந்தும். //

என்பதில் Weep, Sob, Cry - போன்றவற்றின் மெல்லிய வித்தியாசங்கள், கவிதை மொழிபெயர்த்தலில் என்னென்ன பாடுபடுகிறதென உச்சுக்கொட்டுகிறார். இதற்கெல்லாம் மேலொரு படி சென்று,

//I have a telegram /From the Miners Union /And she whom I love /(I won't tell you her name) Is waiting for me at Bucalemu// என்பதை,

எனக்கு ஒரு தந்தி வந்துள்ளது, சுரங்கத் தொழிலாளர் சங்கத்திலிருந்து. நான் காதலிக்- கும் அவளோ (நான் அவள் பெயரை உங்களுக்குச் சொல்லமாட்டேன்) பக்காலெமுவில் எனக்காகக் காத்துக் கொண்டிருக்கிறாள். என்று பசுவய்யா மொழி பெயர்த்துள்ளார். ஆனால் 'சுரங்கத் தொழிலாளர் சங்கத்திலிருந்து / எனக்கு ஒரு தந்தி வந்துள்ளது' என்பதே பொருத்- தமானது. அடைப்புக் குறிக்குள் உள்ள வரியை 'அவள் பெயரை நான் சொல்ல மாட்- டேன்' என்பது போதுமானது. 'உங்களுக்கு' என்பது மிகை. (இங்கு இடைப்பிறவரலாக ஒரு செய்தி.* தோன்றா எழுவாய் என்பது தமிழின் மிகப்பெரிய பலம். ஆங்கிலத்திற்கு இது இல்லை) //

*உண்மையில் இதுதான் மிகத் தேவையான விஷயம்.

மொழிபெயர்ப்புகளில் தோன்றா எழுவாய் சமாச்சாரம் பலருக்குத் தெரிவதேயில்லை - அல்லது தெரியாமலே பயன்படுத்துகின்றனர் - அல்லது தெரிந்தும் உதாசீனப் படுத்துகிறார்- கள்.

"எவ்வயின் பெயரும் வெளிப்படத் தோன்றி அவ்வியல் நிலையல் செவ்வி தென்ப" எனும் தொல்காப்பிய நூற்பா, தோன்றா எழுவாயை அறிமுகப்படுத்தும். கண்ணா என்ன பண்ற? என்ற கேள்விக்கு, தூங்குறேன் என்ற பதிலிலேயே 'நான்' தூங்குறேன் என்ற எழு- வாயும் அடங்கியிருக்கிறது. இதை மொழிபெயர்ப்பில் (குறிப்பாக கவிதை போன்ற வார்த்தை நுணுக்க மொழிபெயர்ப்பில்) உற்றுநோக்கி பயன்படுத்துவது எவ்வளவு அவசியமானது.

இப்படி தொடர் தொடராக, பல இடங்களை மேற்கோளிட்டு அவர் எழுதியிருக்கும் முன்- னுரை மட்டுமே தனி நூலாகும் திறம்பெற்றது. இது போன்று இன்னும் சில கட்டுரைகளைத் தொகுத்து மொழிபெயர்ப்பியல் சார்ந்து கையேடு ஒன்றை சலபதி தயாரிக்க வேண்டும். இதற்- குமேல் மேம்போக்கான பேச்சை நெரூடா அனுமதிக்க மாட்டார்.

கவிதை - 1

"இந்த அந்திமாலையைக் கூட நாம் இழந்துவிட்டோம். ...
அப்போது நீ எங்கே இருந்தாய்?
வேறு யார் உன்னோடு இருந்தது?

அவன் என்ன சொன்னான்?

துயருறும்போதும், நீ எங்கோ இருக்கிறாய் என உணரும்போதும்

காதல் என்னை ஏன் முழுமையாக ஆட்கொள்கிறது? ..."

"Where were you then?
Who else was there?
Saying what?
Why will the whole of love come on me suddenly
When I have Sad and feel you are far away?"

இத்தனைத் தோய்ந்து போனக் குரலில் ஒலிக்கும் ஒரு கையறுநிலைப் பாடலை தமிழில் தவிர்த்து, நெரூடா மொழியில்தான் கேட்கிறேன்.

கவிதை - 2

Every Day you play எனும் கவிதை இயற்கையில் ஒன்றிய காதலை ஆராதனை செய்-கிறது.

"எவளும் உனக்கு நிகரில்லை,
நீ என் காதலி என்பதனால்...
நீ தோன்றுவதற்கு முன்னர் எப்படியிருந்தாய் என
நினைத்துப்பார்க்க முயல்கிறேன் " என்பதில் தொடங்கி,
"மலைகளிலிருந்து இன்ப மலர்கள், நீலப் பூக்கள்,
கரும் ஹேசல் மலர்கள்,
முரட்டுக் கூடை நிறைய முத்தங்களுடன்
நான் வருவேன்.
செர்ரி மரங்களோடு வசந்தம் என்ன செய்கிறதோ
அதை உன்னிடம் செய்ய நான் விரும்புகிறேன்."

"I will bring you happy flowers from the mountains,
bluebells,
dark hazels, and rustic baskets of kisses.
I want to do with you what spring does with the cherry
trees."

என இக்கவிதை முடியும்போது காதலின் மென்மையை 'மலரினும் மெல்லியது காமம்' என்ற வள்ளுவ வரிகளால் வருடுகிறது. மனதை இலேசாக்குகிறது. அன்பு திகட்டுகிறது. காற்றில்

பறக்க சிறகுகள் கொடுக்கிறது.

கவிதை 3

இத்தொகுப்பின் உயிர் இக்கவிதை.

" "துயர்மிகு வரிகளை இன்றிரவு நான் எழுதலாம்.
நான் அவளை நேசித்தேன்.
சில சமயம் அவளும் என்னை நேசித்தாள்.
இன்று போன்ற இரவுகளில் அவளை நான் அணைத்திருந்தேன்.
எல்லையற்ற வானத்தின்கீழ் மீண்டும் மீண்டும் முத்தமிட்டேன்.
அவள் என்னை நேசித்தாள். சில சமயம் நானும் அவளை நேசித்தேன்.
கரிய பெரிய அவள் விழிகளை எப்படி நேசிக்காமலிருக்க இயலும்?
அவள் இல்லை என்பதை நினைக்கும்போது,
அவள் இழப்பை நான் உணரும்போது
துயர்மிகு வரிகளை இன்றிரவு நான் எழுதலாம்.
பேரிரவு அவள் இல்லாமையால் இன்னும் பெருகுவது கேட்கையில்
புல்வெளிமீது பனி விழுவதுபோல் கவிதைகள் உள்ளத்தின் மீது படிகின்றன.
" "

தன் இருபது வயதில், நெல் மணிகளைப் போல் சிறுக சிறுக சேகரித்த சொற்கோவில் இந்த நிராசைப் பாடல். நெரூடாவுடன் நாமும் நெக்குருகிப் போகிறோம்.

" "முன்புபோலவே, அதே இரவு அதே மரங்களை வெண்மையாக்கிக் கொண்-
டிருக்கிறது. அன்றிருந்த நாம் முன்பு போலில்லை." "

இனிமேல்வரும் வரிகளை சலபதி அல்ல, எவராலும் உண்மைக்கு நேர்த்தியில் அப்படியே கிடத்திவிட முடியாது. ஆங்கிலத்தில் அள்ளி தருகிறேன்.

" "Another's. She will be another's. As she was before my kisses.
Her voice, her bright body. Her infinite eyes.
I am no longer in love with her, that's certain, but maybe I love her.
Love is so short, forgetting is so long.
Because through nights like this one I held her in my arms my soul is not satisfied that it has lost her.

Though this be the last pain she makes me suffer and
these the last verses that I write for her." "

இந்த வரிகளின் அனுபவத்தின் ஊடாக அலைவதற்கே, மீண்டும் ஒரு காதல் தோல்வி ஏற்க நம் மனதை திடப்படுத்திக் கொள்ளலாம்.

மேலும் சில

முற்றும் காதலில் தோய்ந்து இரண்டறக் கலந்தால் ஒழிய, "உன்னை அணைப்பதற்காக/ உன்னை விரும்புவதற்காக/ உன்னைப் பெறுவதற்காக/ நான் பிறவி எடுத்துள்ளதுபோல்/ உன்னிடம் உள்ளவற்றையெல்லாம் எனக்குத் தருவதற்கென/ நீ பிறவி எடுத்துள்ளாய்!" என்ற வரிகளை ஒரு கவிஞனால் எழுதிவிட முடியாது.

விளிப்பாடல்கள்

Ode என்றழைக்கும் விளிப்பாடல் மரபை மேட்டிமைத் தனத்திலிருந்து சதா ஐடப்பொருட்கள் வைத்துப் பாடினார். தாக்காளியை விளித்து நெரூடா பாடியது மிக பிரசித்திப் பெற்றது. அப்-பாடல் நெடுக, சிலியின் வண்ணமயமான வரலாற்றை வரைந்திருக்கிறார்.

உடைகளுக்கு எழுதிய விளிப்பாடல், கவிஞர் மேத்தா எழுதிய 'வாழை தன் வரலாறு கூறுதல்', 'செருப்புடன் ஒரு பேட்டியை' கண்முன் நிறுத்துகிறது.

"No book has been able To wrap me in paper, To fill me up With typography With heavenly imprints" என்று புத்தகப் பிரியத்திலிருந்து அந்நியப்படும் மற்றொரு விளிப்பாடல், ஒருவர் ஏன் புத்தகங்களை வெறுக்க வேண்டும் என்ற அபிலாஷையை பூர்த்திசெய்கிறது.

"இளம் பூச்சியைப் பிடிப்பதற்கு நச்சு வலை விரிக்கும் சிலந்தி நூல்களை நான் வெறுக்கிறேன்"

நெரூடா பல நாடுகளில் தூதராகப் பணியாற்றியிருக்கிறார். பயண விரும்பி. நிறைய மணந்பரப்புகளில் சுற்றித் திரிந்த பாதங்களுக்கு பொறுமையாக பங்கங்களைப் புரட்டி வரலாறு படிக்க பொறுமை இருக்குமா?

என் கவிதைகள் கவிதைகளைத் தின்பதில்லை எனச் சொல்லும் அவரின் கவிதை ஊற்று, புத்தகங்களில் இல்லை வாழ்க்கையில் இருக்கிறது. அதனால்தான் பாடுகிறார், "புத்-தகமே, காலணியில் புழுதி படிய சாலைகளில் நான் நடப்பேன். உன் நூலகத்திற்கு நீ திருப்-பிப்போ. நான் தெருவில் இறங்கப்போகிறேன். வாழ்க்கையை நான் வாழ்க்கையிலிருந்தே கற்-றுக்கொண்டேன். காதலை ஒரு முத்தத்திலிருந்து கற்றேன்.."

So Many Names கவிதையில் பாரதியின் ஞான உபதேச வாடை வீசுகிறது. "தூங்-கும்போது நான் நானாக இல்லையெனில் விழித்தெழுந்த பின் நான் யார்?" ஒரு கவிஞனின் அவஸ்தையை 'நினைவு' எனும் கவிதையில் யாசிக்கும் தொனியில் பாடுவது, அத்தனை

இரக்கங்கொள்ள வைக்கிறது. '' நான் அனைத்தையும் நினைவில் வைத்திருக்க வேண்டிய-தாயுள்ளது. புல்லின் இதழ்களையும் சீரற்ற நிகழ்ச்சிகளின் தொடரையும் அங்குலம் அங்குல-மாக வீடுகளையும் ரயில் வண்டியின் நீண்ட தண்டவாளத்தையும் துன்பத்தின் கோடு விழுந்த முகத்தையும் நான் நினைவில் கொள்ள வேண்டியதாயுள்ளது.

ஒரு ரோஜா செடியை நான் தவறாகப் புரிந்துகொண்டாலோ, முயலுடன் இரவைக் குழப்-பிக்கொண்டாலோ, என் நினைவில் ஒரு சுவர் முழுவதுமாக நொறுங்கிவிட்டாலோ, காற்றை-யும் நீராவியையும் மண்ணையும் இலைகளையும் முடியையும் செங்கற்களையும் என்னைக் குத்திக் கிழிக்கும் முட்களையும் தப்பித்தலின் விரைவையும்கூட நான் மீண்டும் உருவாக்க வேண்டியிருக்கும். கவிஞன் மீது கருணை காட்டுங்கள்.''

இத்தனையும் எழுதித் தீர்த்த நெருடா, தன் முதல் கவிதை அனுபவம் பற்றி இப்படி-யொரு வரி எழுதுகிறார். ''ஒன்றுமே அறியாதவனின் தூய அறிவைப் போன்றதுமான மங்-கலான முதல் வரியை நான் எழுதினேன்.'' ஆம். அந்த வரிகள்தான் நம் நெஞ்சோடு நின்றவை. காற்றுக்காகக் காத்திருக்கும் இருண்ட மேகங்களைப் போல, தேக்கி வைக்கப்பட்-டிருக்கும் உள்ளார்ந்த உணர்ச்சிகள் இவர் வார்த்தைபட உடைந்துபோகும். கண்ணீர் விட்டு கரைந்துபோகும். மனதைத் தூய்மைப்படுத்தி மெல்ல றெக்கை பொறுத்தி பறக்கவைப்பார். என்றென்றைக்கும் நெருடாவின் வரிகள், நம் நெஞ்சை மயிலிறகு கொண்டு வருடியபடி இருக்கும்.

3

ரொமிலா தாப்பர் - அவசியமான ஆளுமை

The biographies of the writers who have written the history's biography have not been written well since yet.

அதுவும் தமிழில் அத்தகைய சூழல் இதுவரை ஏற்படவேயில்லை. நினைவு குறிப்புகளோ, டயரி குறிப்புகளோ, கிசுகிசுப்புகளோ அங்கங்கு தென்பட்டாலும் பெரும்பாலும் அவை புனைவு எழுத்தாளர்களை வட்டமிட்டே மொய்த்துக் கொண்டிருந்தன. சமீபத்தில் எஸ்.ராமகி-ருஷ்ணன் எழுதியிருந்த 'மண்டியிடுங்கள் தந்தையே' நாவலும் அந்த வகையறாக்குள் வரு-வதுதான். பிரமிள் வாழ்க்கையை ஆவணப்படமாக சித்திரித்து தயாரிக்கும் வெற்றிமாறின் அறிவிப்பும் இதே சங்கதிதான்.

சாகித்திய அகாதமி விருதுகளுக்கு மட்டுமல்ல, பொதுசன வாசிப்புக்குமே நான் - ஃபிக்-ஷன் புத்தகங்கள் மீது ஒரு ஒவ்வாமை உண்டு. ஆய்வு புலங்களில் இயங்குவோருக்கு அதற்கும் மீறிய மரியாதை உண்டு (!) பெரும்பாலும் வரலாறு, சமூகவியல், சூழலியல் சார்ந்த படைப்புகள் பட்டமேற் படிப்பு வாசிப்பு போன்றதான ஒரு மாயை இருக்கிறது.

தமிழில் அந்தப் போக்கை பா.ராகவன், மருதன், முகில் போன்ற எழுத்தாளர்கள் மாற்றி-யமைத்தார்கள். வரலாற்றின் கடின நடையை காய்ச்சிக் கூழாக்கி கரண்டியில் கொடுத்தார்-கள். நான் -ஃபிக்ஷன் வகையறாக்களை விருப்பிக் கற்க போதித்தார்கள்.

அந்த வகையில்தான் ரொமிலா தாப்பர் : ஓர் எளிய அறிமுகம் என்ற நூலும் மருதன் எழுத்தில் வெளிவந்தது. "வரலாறு கறுப்பு வெள்ளையயல்ல. இந்த இரண்டுக்கும் இடையில் ஓர் உலகமே இருக்கிறது. ஒரு வரலாற்றாசிரியர் இயங்க வேண்டியது அங்கிருந்துதான்" என்று சொல்லும் ரொமிலா தாப்பரின் வரலாறு குறித்த பார்வை மிக முக்கியமானது.

"ஒரு வரலாற்றாசிரியருக்கு வரலாறு எந்த அளவுக்கு முக்கியமோ அந்த அளவுக்கு வரலாறுகளின் வரலாறும் முக்கியம்." இது நூறு சதம் உண்மையான கருத்துங்கூட. தொடக்-கத்தில் ஜேம்ஸ் மில் முதலானோர் இந்திய வரலாற்றை, "இந்து காலம் - முஸ்லீம் காலம் - பிரிட்டிஷ் காலம்" என்றே வகைப்படுத்தியிருந்தனர். தேசியவாதப் பார்வை ஊடுருவிய

போது அண்டைய ஐரோப்பிய தேச வரலாற்றைப் போல அது, "பண்டைய காலம் - மத்திய காலம் - நவீன காலம்" என பரிணாமம் அடைந்தது.

இதையும் ஏற்றுக்க கொள்ள மறுத்த ரொமிலா, பண்டைய இந்தியா (Ancient India) என்றால் அதன் கால நிர்ணயம் என்ன? குறிப்பிட்டுச் சொல்லும்படி அத்தனை எளிதானதா பண்டைய வரலாறு, என ஆழ யோசித்தார். அதன் விளைவே, 'முற்கால இந்தியா' (Early India). இப்படி ஒவ்வொரு சொல்லிலும் உரையாடிவரும் வரலாற்றாளர்களின் ஒவ்வொரு செல்லும் ஒரு பக்கச் சார்பினை கொண்டிருக்கும்.

நீலகண்ட சாஸ்திரியின் 'சோழர்' வரலாற்றிற்கும் - நொபொரு கராஷிமாவின் 'வரலாற்-றுப் போக்கில் தென்னகச் சமூகத்திற்கும்' வித்தியாசம் உண்டு. மீண்டுமொருமுறை ரொமி-லாவின் சொற்களைக் கடன் வாங்கி சொல்வதென்றால், அந்த வித்தியாசங்களை எல்லாம் களைவதற்கு, "ஒரு வரலாற்றாசிரியருக்கு வரலாறு எந்த அளவுக்கு முக்கியமோ அந்த அளவுக்கு வரலாறுகளின் வரலாறும் முக்கியம்." அந்த வரலாற்றை எழுதியவரின் வரலாறு முக்கியம். இதையொரு பெருநூல் கனவாக தொடங்கிய மருதன் அவர்கள் காலத்தின் தேவை கருதி எளிய நூலாக வெளிக் கொணர்ந்திருக்கிறார்.

21 ஆண்டுகள் ஜே.என்.யூவில் பணியாற்றிய பேராசிரியர் ஒருவருக்கு, அதற்குப் பின்பும் சமீப காலம் வரை மதிப்புறு பேராசிரியராய் இயங்கிய ஒருவருக்கு, அந்நிறுவனம் பார-திய ஜனதா ஆட்சியில் ஜூலை 2019-ல், 'உங்களைப் பற்றிய அடிப்படை விவரங்களை அனுப்பிவையுங்கள். அதை எங்கள் குழு பரிசீலனை செய்து பார்த்துவிட்டு, நீங்கள் இங்கே தொடர்ந்து பதவி வகிக்கலாமா என்பதை முடிவெடுத்து உங்களுக்குத் தெரிவிக்கும்' என்று கடிதம் அனுப்பும் அவசியம் என்ன? அப்படி என்னதான் செய்தார் ரொமிலா?

'பாடப் புத்தகத்தைத் திருத்தும் போக்கு தொடங்கி பாபர் மசூதி இடிப்பு வரை; வகுப்-புவாதம் தொடங்கி வெறுப்பு அரசியல் வரை; ஜேஎன்யு தாக்குதல் தொடங்கி ஜனநாயக விரோதக் கோட்பாடுவரை இந்துத்துவ அரசியலைத் தொடர்ச்சியாக எதிர்த்து நிற்கும் ஓர் அறிவுஜீவியாக ரொமிலா தாப்பர் திகழ்கிறார்' என்று அறிமுகம் செய்கிறார் மருதம். வரலாற்-றில் எந்த மாதிரியான அணுகுமுறைகளை ரொமிலா கையாண்டு வந்திருக்கிறார் என்பதை மிகக் குறுகிய நூலாயினும் தேவைக்கேற்ப புரியவைக்கிறார், மருதன்.

அங்கங்கு ரொமிலாவின் சில மாஸ்டர் பீசை அள்ளித் தெளிக்கவும் குறைபடவில்லை.

"ஒரு நிகழ்வை ஆய்வுக்கு எடுத்துக்கொள்ளும்போது அது தொடர்பான அனைத்து தரவுகளையும் நாம் திரட்டியெடுக்க வேண்டும். நமக்குத் தேவையான ஓர் ஆதாரம் கிடைத்தவுடன் தேடலை நிறுத்திவிடக் கூடாது. சாத்தியமாக்கூ-டிய எல்லாத் திசைகளிலும் தேடலை விரிவுபடுத்திக்கொண்டே போக வேண்டும். நாம் வந்தடைய விரும்பும் முடிவுக்குச் சாதகமானவற்றை மட்டும் தேர்ந்தெ-டுத்து அதை மட்டும் ஆதாரமாக உயர்த்திக் காட்டும் அரைகுறை அணுகு-முறை தவறான புரிதலுக்கே வழிவகுக்கும்."

இது முனைவர் பட்ட மாணவர்களுக்கு ரொமிலா பயிற்றுவிக்கும் ஆய்வியல் அறிமுகப் பாடம்.

> "இதிகாசத்திலுள்ள தகவல்களை எப்படி ஆராய வேண்டும்? அனுமன் சீதையைக் காணச் செல்லும்போது கணையாழியை அடையாளத்துக்கு எடுத்துச் செல்கிறார். பொது ஆண்டு 2 அல்லது 3-ம் நூற்றாண்டுக்கு முன்பு 'சிக்னெட் ரிங்' இந்தியாவுக்கு அறிமுகமாகியிருக்கவில்லை. இந்தோ கிரேக்கர்களிடமிருந்தே அது இங்கே வந்தது. அப்படியானால் இந்தப் பிரதியை 2-ம் நூற்றாண்டுக்கு முன்பு கொண்டுசெல்ல முடியாது என்று சொல்ல முடியும் அல்லவா? ஹெச்.டி. சங்காலியா என்னும் புகழ்பெற்ற தொல்லியலாளர் இதை உறுதி செய்வதைச் சுட்டிக்காட்டுகிறார் ரொமிலா. ஒரு பிரதியின் காலத்தை யூகிப்பதற்கு அதிலுள்ள தகவல்கள் உதவிக்கு வருகின்றன."

என்று கால நிர்ணயம் பற்றி ரொமிலா பேசும்போது, ஏ.ஆர். வேங்கடாசலபதி எழுதிய ஒரு கட்டுரைச் செய்தி நினைவுக்கு வருகிறது. "திரைகடலோடித் திரவியம் தேடிவந்த வெள்ளையரோடு இந்திய மண்ணுக்குப் பல புதிய பொருள்களும் தொழில்நுட்பமும் உடன்வந் தன. இன்று அன்றாடப் பொருள்களாகிவிட்டவற்றுள் பல, சென்ற சில நூற்றாண்டுகளுக்குள்தான் தமிழகத்துக்குள் நுழைந்தன என்று சொன் னால் நம்புவது கொஞ்சம் சிரமமாக இருக்கலாம். நிலக்கடலையும், அதிலிருந்து பெறப்படும் கடலை எண்ணெயும், உருளைக்கிழங்கும். மிளகாயும் இத்தகைய புதுப்பொருள்களே. இதைக் கவனத்தில் கொண்டால், வரலாற்று நாவல் எழுதும் ஜெயமோகனின் விஷ்ணு புரச் சத்திரத்தில், ஐரோப்பியர் வருகைக்குப் பல நூற்றாண்டுகளுக்கு முன்னரே மிளகாய் உண்ணும் காலவழு ஏற்பட்டிராது."

இப்படியாக ரொமிலாவின் ஆய்வுலகப் பார்வையை தெரிந்தோ தெரியாமலோ பலரின் கண்ணாடி சட்டகத்துள் இன்று நாம் காணலாம். அத்தோடு நின்றுவிடாமல், ரொமிலாவின் புத்தகத்தை அணுகுவதிலிருக்கும் Starting Syndrome-யையும் பழுதுபார்த்து எளிமையாக்குகிறார், மருதன்.

ஏ.எல். பாஷம், ஆர்.சி மஞ்சும்தார், டி.டி. கோசாம்பி ஆகியோரிடத்து ரொமிலா கொண்டிருந்த உறவுமுறைப் பற்றியும் என்.சி.ஈ.ஆர்.டி-ல் புத்தகம் எழுத வந்த கதையினையும் மேலாக தொட்டுச் சென்றிருக்கிறார்.

ஜெ.என்.யூ. வரலாற்றுத் துறையின் வரலாற்றுப் போக்கையே மாற்றியமைத்த பெரும் பங்கு இவருக்கு உண்டு. நீலகண்ட சாஸ்திரி, பி.ஏ. கிருஷ்ணன், நாகசாமி, கே.கே.பிள்ளை, மா.இராசமாணிக்கனார், அமர்நாத் ராமகிருஷ்ணா, ஆர். பாலச்சந்திரன் போன்ற எண்ணிலடங்கா ஆய்வாளர் (பி.ஏ. கிருஷ்ணன் கழித்து) குறித்தும் ஒரு கையடக்க அறிமுக நூல் வெளியாகும் பட்சத்தில் நச்சுப்பாதை அறிந்து நடைபயில எதுவாக இருப்பதோடு, மிகச் சிறந்த மனிதர்களை வாழும் காலத்திலேயே இனங்கண்டு அணைத்துக் கொள்ள ஏதுவாக இருக்கும். அனைரும் எளிதில் வாசிக்கக் கூடிய, வாசிக்க வேண்டிய புத்தகம்.

4

தமிழ்க் கலைக்களஞ்சியத்தின் பிரம்மாண்ட வரலாறு

ஆங்கிலத்தில் கலைக் களஞ்சியம் எனப்படும் Encyclopaedia-கள் 1771-லேயே வந்து-விட்டன. Brittanica நிறுவனம் இந்த முதல் Encyclopaedia -வை சுமார் 3 தொகுதிக-ளாக, ஒரு முன்மாதிரி திட்டமைப்புடன் கொண்டுவந்தது.

இந்நிறுவனம் வெளியிட்ட 11-வது திருத்தப் பதிவு 1911-ல் வெளியானது. இது இன்றள-வும் மெச்சப்பட்டாலும், 2010-ற்கு பிறகு அச்சு வடிவு புத்தகங்கள் வெளியிடுவதை பிரிட்-டானிகா நிறுவனம் நிறுத்தி விட்டது. ஆன்லைன் களத்தில் குதிக்க முனைந்த பிரிட்டானி-காவிற்கு விக்கிப்பீடியா காரசாரப் போட்டியாக இன்றளவும் விளங்குகிறது.

உலகெங்கிலும் ஒவ்வொரு மொழியினரும் தங்கள் மொழியில், தங்களுக்கென்று ஒரு கலைக் களஞ்சியம் உண்டு பண்ணுவதை, மொழிக்குரிய உயரிய அங்கீகாரமாகக் கருதும் வேளையில், முதலில் என்சைக்கிளோபீடியா என்றால் என்ன? தமிழில் அதற்கு என்ன தேவை வந்தது?

இந்தக் கேள்விகளை ஒப்புநோக்க வேண்டும். இவையே அவையின் கருதுகோளாக இருந்திருக்கும்.

பிரெஞ்சு கலைக்களஞ்சியம் பற்றி இராபர்ட் டார்ண்டன் எழுதிய "A Publishing History of the 'Encyclopédie', 1775-1800" என்ற நூலே தமிழில் கலைக்களஞ்சியம் உருவான வரலாற்றை தமக்கு எழுதத் தூண்டியதாகச் சொல்கிறார் ஆ. இரா. வேங்கடாச-லபதி.

Encyclopaedia என்றால் 'கல்விப் புலம் சுற்றிய அனைத்தும்' என்று கரட்டு வடிவில் மொழிபெயர்க்கலாம். அப்படி என்றால் அகராதியும் இதுவும் ஒன்றா? இல்லை. அகராதி சொல்லின் பொருளை உணர்த்துவதோடு, அதன் மொழியியலை ஆராயும்; இது அப்பொ-ருளின் தன்மையியல், பயன்பாட்டியல் குறித்து விளக்கப்படங்கள் கொண்டு அமையும்.

தமிழில் எழுதுதல் என்ன அத்தனைப் பெரிய வேலையா? இதை ஏன் மெச்சிப் பேச-வேண்டும்?

ஆம். இந்த இமாலயப் பணியை முதலில் மேற்கொண்ட இந்திய மொழி தமிழ்தான். பேராசிரியர் க. அன்பழகன் இகழ்ந்துரைத்தபடி, 'இதுவெறுமனே ஆங்கில கலைக்களஞ்சி-யத்தை மொழிபெயர்க்கும் வேலையாக இருந்திருந்தால் பரவாயில்லை.' ஆனால் இது பத்து பாகங்களாக 7500 பக்கத்தில், வெறும் 15 ஆண்டுகால உழைப்பில் 1200 கட்டுரை ஆசிரி-யர்களைக் கொண்டு நிதி இல்லாமலும் உடல் நலம் இல்லாமலும் சில நேரங்களில் கட்டுரை-கள் இல்லாமலுமே தேடித் தேடித் தேய்ந்து போய், பற்பல அறிஞர்களின் கூட்டு முயற்சியின் பெயரால் உருவான பிரம்மாண்ட படைப்பு. அதை வழக்கமான பாணியைக் காட்டிலும் மிக விறுவிறுப்பாய் பதிவு செய்துள்ளார் சலபதி.

பெரியசாமித் தூரனும் தி.சு. அவினாசிலிங்கமும் தான் எத்தனைப் பெரிய மனிதர்கள்! கிட்டத்தட்ட இந்த கலைக்களஞ்சியம் உருவான மொத்த கதையும் இந்திய அரசியலமைப்புச் சட்டம் உருவான கதையோடு கச்சிதமாய் ஒன்றிப் போகிறது. 1920-களில் சி.ஆர்.தாஸ் & மோத்திலால் நேரு முன்வைத்த அரசியலமைப்புக் கோரிக்கை, 1930-களின் தொடக்கத்தில் கம்யூனிஸ்ட் முன்னோடி எம்.என்.ராயின் குரலில் ஒலிக்கிறது. பின் அது காங்கிரசின் குர-லாகவும் நேருவின் குரலாகவும் ஒலித்து முடித்து, சற்றும் பலம் குன்றாத மக்கட் குரலாய் ஒலித்த கணம், க்ரிப்ஸ் தூதுக் குழுவால் 1946-ல் நடைமுறைக்கு வருகிறது.

இதன்படியே மேனாட்டு படிப்பின் அறிமுகத்தால், தமிழில் கலைக் களஞ்சியம் உருவாக வேண்டும் என்று சில படித்த தமிழர்கள் எண்ணுகிறார்கள். ஆ.முத்துத்தம்பிப் பிள்ளை எழு-திய 'அபிதான கோசமும்' ஆ.சிங்காரவேலு முதலியார் எழுதிய 'அபிதான சிந்தாமணியும்' அப்படியொரு முன்னெடுப்புதான். ஆனால் இயங்கியல் அளவில் தமிழ் - புராணம் - ஹிதி-காசம் என்று அவை சுருங்கி விட்டன. எனினும் இவை குறைத்து மதிப்பிடக் கூடியன அல்ல. பெரும் உழைப்பில் உருவானவை. அபிதான சிந்தாமணி 1938-ல் இந்தி எதிர்ப்புப் போராட்டத்தில் கைது செய்யப்பட்ட போது, அறிஞர் அண்ணா விரும்பி வாசித்த நூல். தெ. பொ. மீனாட்சிசுந்தரனாருக்கு அறிவுத் தீனிப்போட்டதும் சிந்தாமணிதான்.

அங்கிருந்து, அறிவியல் ரீதியில் உலகந் தழுவிய எல்லாப் பொருட்களும் அடங்கியதாய், ஒரு கலைக் களஞ்சியம் தோன்ற வேண்டும் என்ற எண்ணத்தை முதலில் வெளிப்படுத்-தியவர், தி.சு. அவினாசிலிங்கம் செட்டியார் (1932).பெரிய வணிகக் குடும்பத்தில் பிறந்து, பச்சையப்பனில் கல்விப் பயின்று, விடுதலைப் போராட்டத்தில் பலமுறை சிறை சென்று, பின்னர் சுதந்திர இந்தியாவில் தமிழகத்தின் கல்வித்துறை அமைச்சராக இருந்து பெரும் தொண்டாற்றிய மனிதர் இவர்.

ஆனால் 1920-களிலேயே தன் சக கல்லூரி நண்பர் சி. சுப்பிரமணியத்திடம் (பின்னா-ளில் மத்திய அமைச்சராக இருந்தவர். பசுமைப் புரட்சியை முன்னெடுத்தவர்) சொல்லியி-ருக்கிறான், பெ.தூரன். தூரனும் சி.சு.வும் ஒருசாலை மாணாக்கர் என்பதே பெரும் வியப்-புக்குரிய செய்தியாக இருந்தது.

தூரனும் 1944, 47 என்று நேரம் கிடைக்கும் போதெல்லாம் இதனைச் சொல்லி வந்-திருக்கிறார். இங்குதான் ஆச்சரியப்பட வேண்டியிருக்கிறது. பெ. தூரன் தலைமையாசிரிய-ராக பணிசெய்து வந்த பெரியநாயக்கன்பாளையம் இராமகிருஷ்ண வித்தியாலயத்தை நிர்வ-

கித்து வந்தவர், தி.சு. அவினாசிலிங்கம் செட்டியார். உடனே கல்கியின் இனஞ்சுட்டுதலால், தூரனை அழைத்து தலைமையாசிரியராகக் கொண்டு கலைக் களஞ்சியம் உருவாக்கும் பணி தொடங்கியது.

ஒன்றிய அரசின் நிதிநல்கை வேண்டி தொடங்கியபோதும், 1950-களின் பிற்பகுதியில் ஏற்பட்ட பொருளாதார வீழ்ச்சியால் மாநில அரசின் நிதியோடும் - சான்றோர்களின் உதவி-யோடும் இப்பணி நடந்தேறியது.

வரைவுக் குழுவிலிருந்த பலரும் பலகாலத்தில் சென்றுவிட, அம்பேத்கரின் பெரும் உழைப்பு மட்டும் சட்டப் புத்தகத்தை வடிவமைத்தது மாதிரி - வெறும் 40 வயதில் பெரிய-தொரு பணியைத் தன்மேல் போட்டுக் கொண்ட தூரன், 15 வருடம் விடாது உழைத்தார்.

இந்தப் பணிக்காகவே 'தமிழ் வளர்ச்சிக் கழகம்' என்றொரு சங்கம் நிறுவி, மதராஸ் பல்-கலைக்கழகம் கடிகாரத் தூண் அறையில் செயல்படத் தொடங்கினர். வரலாறு, புவியியல், கணிதம், வேதியல், மொழியியல், சமயம் என்று எல்லாப் பொருண்மைக்கும் தனித்தனி குழுக்கள் ஏற்பாடு செய்யப்பட்டன. தொ.பொ.மீ'யின் பங்கு மட்டும் இவ்வொட்டுமொத்த கலைக் களஞ்சியத்தில் 150 பக்கத்திற்கு இருக்கும். சுமார் 2% விழுக்காடு இது.

பெரியசாமித் தூரனின் உடல் நலமும் இதற்கு ஒத்துழைக்கவில்லை. வலிப்பு நோயால் அவதிப்பட்டார். அவர் உணவு மேசையில் ஆகாரத்தை விட, மருந்து பொட்டலங்களே அதிகம் என்று ஒரு துணையாசிரியர் பதிவு செய்துள்ளார்.

இரவும் பகலும் ஓடாய்த் தேய்த்திருக்கிறார். அடிப்படையில் கணிதத் துறையில் பட்டம் பெற்ற தூரன், பல்துறை சார்ந்தும் தமிழ் ஓங்கியும் இருந்த இப்பணியில் தலைமை வகித்ததே வியப்பு. அதிலும் 4 பக்கம் பதிவுக்கு ஒரு விலங்கியல் பேராசிரியர் 150 பக்கம் எழுதியுனுப்-புவார். அதனைப் பொருட் குறைவு இல்லாமல் முழுவதுமாகப் படித்து சுருக்குவார் இவர். இதனை 15 ஆண்டுகாலமும் சம்பளத்தைப் பற்றி பெரிதும் கவலைக் கொள்ளாமல் உழைத்-திருக்கிறார்.

தமிழாசிரியர்களுக்கும் மற்ற துறை ஆசிரியர்களுக்கு இணையான ஊதியம் வழங்க வழி-செய்த பெருந்தகை தி.சு. அவினாசிலிங்கத்தை இவ்வுலகம் இன்னும் அடையாளங் கொள்ள வேண்டும்.

இதிலுள்ள மிகப்பெரிய சவாலே, கலைச்சொல்லாக்கம் தான்! ஏனென்றால் இதுவரை தமிழில் இல்லாத - சொல்லப்படாதவற்றை அவர்கள் எழுத விழைந்தார்கள். பெ. தூரனின் நினைவுக் குறிப்பிலிருந்து ஒரு சில பத்திகளை சலபதி கையாண்டிருக்கிறார்,

"மாலையில் சுமார் நான்கு மணிக்குக் கூடி இக்கலைச்சொல் குழுவினர் 7 மணி வரை திட்டமிடுவார்கள். எவ்விதமான கட்டணமும் இல்லை. 12 பிஸ்-கோத்துகளையும் தேநீரையும் அருந்திவிட்டுப் பணி செய்ய வேண்டும். இவர்-கள் செய்த பணியை என்றும் மறக்க முடியாது. இவ்விதமாக சுமார் 18 மாதம் கலைச்சொல் குழுவினர் தமிழ் வளர்ச்சிக் கழக அலுவலகத்தில் கூடி கொண்டே இருப்பர். பொருத்தமான கலைச்சொல்லா அகப்படாவிட்டால் எளிதில் ஏற்றுக்-கொள்ள மாட்டார்கள். ஒரு நாள் மாலையில் கூடினால் பத்து பதினைந்து கலைச்சொற்களே தீர்மானமாகும். அதிகமாகப் போனால் 30 கலைச்சொற்கள்

வரை முடிந்துவிடும். சில நாட்களுக்கு ஒரு சொல்லுக்கு ஏற்ற கலைச்சொல் கண்டுபிடிக்க முடியாமல் போனாலோ புதிதாக உருவாக்க மேல் போனாலோ அத்துடன் கூட்டம் நிறைவு பெறும்.''

Personality என்ற சொல்லுக்கு ஏற்ற சொல்லாக்கம் எப்படி உருவானது என்று தூரன் பதிவு செய்திருப்பது சுவாரசியமானது.

"கலைச்சொற்கள் நல்ல தமிழில் எல்லோரும் ஏற்றுக்கொள்ளும் படியாக அமைப்பது மிகக் கடினம். எடுத்துக்காட்டாக, Personality என்ற கலைச் சொல்லை எடுத்துக்கொள்வோம். இதற்கு முன்பு உளவியல் துறையில் பலர் பலவிதமாக கலைச்சொல் உருவாக்கம் முயன்றிருக்கிறார்கள். 'மூர்த்திகரம்', 'தோற்றம்', 'தோற்றப்பொலிவு' என்பதையெல்லாம் அவர்கள் பயன்படுத்திய சொற்களாகும். ஆனால் இவைகளில் எதையும் முழு மனநிறைவு பெறாதவையே ஆகும்... ஆகவே இந்த ஒரு சொல்லுக்கு மட்டும் ஒரு கூட்டம் முழுவதும் செலவழித்தோம். செலவழித்தாலும் ஏற்ற சொல்லை காண முடியாமல் தடுமாறி- னோம். இறுதியாக பர்சனாலிட்டி என்ற சொல்லுக்கு பன்மொழிப் புலவர் திரு. தெ. பொ. மீனாட்சி சுந்தரனாரையே அடுத்த நாள் ஒரு புதுச் சொல் கண்டு பிடித்து வருமாறு கேட்டுக் கொண்டோம்... இறுதியாக இலக்கணத்தைப் பயன்- படுத்தி 'ஆளுமை' என்ற சொல்லை அடுத்த நாள் கூட்டத்தில் தெரிவித்தார்- கள்.''

Encyclopaedia என்பதற்கு ஈடாக 'கலைக் களஞ்சியம்' என்ற சொல்லாக்கமே இக்- குழுவின் உருவாக்கம்தான். ஏறத்தாழ இப்படியாக 25,000 சொற்கள் உருவாக்கப்பட்டதாக தூரன் சொல்கிறார்.

தமிழ் உலக மொழிகளோடு போட்டிப்போட்டபடி இன்றளவும் அறிவியல் சொற்களுக்கு இணையான பதம் கொண்டு இயங்க, இவர்கள் இட்ட புள்ளிதான் இன்று கோலமாகியிருக்- கிறது.

நெடுங்காலமாய் மறைந்திருந்த இந்த அருமை வரலாற்றை, ஒரு த்ரில்லர் நாவல் வடி- வில் மிகக் குறுகிய புத்தகமாக (86 பக்கங்கள்) எழுதிய சலபதி வாழ்த்துக்கும் நன்றிக்கும் உரியவர்.

தமிழ்மேல் காதல் கொண்ட அனைவரும் வாசிக்க வேண்டிய நூல்.

5

பாரதி படைப்புகள் காப்புரிமைப் பெற்ற கதை

Hereafter the cry that Bharathiar's works are not available in any of the bookshops will not be made. I'm sure the spirit of Bharathi will pervade the entire Tamilnadu and will be infused into our children - our young boys and girls - and that they will live up to the ideals put forward by poet Bharathi.

இந்தச் சொற்களை 14-03-1955'ல் நிதியமைச்சர் சி. சுப்பரமணியம் தமிழக சட்டமன்றத்தில் உதிர்த்தபோது, கிட்டத்தட்ட மிக நெடுங்காலப் பிரச்சனையை முடிவுக்குக் கொண்டுவந்திருந்தார். இதுவரை எந்தவொரு எழுத்தாளனின் படைப்புக்கும் நாட்டுடைமையாக்கம் என்ற நடைமுறையை உலகில் எந்த நாடும் முன்னெடுத்ததில்லை.

இது படைப்புலகில் எந்த வகையிலும் நேருவின் Tryst with Destiny என்ற தன்னுணர்ச்சி அரசியல் பேச்சுக்கு சளைத்த உரையல்ல. இந்திய விடுதலைக்காகப் பாடிய கவிஞனின் எழுத்துக்கள், சிலரொருவரின் ஆதாயத்திற்காய் விலங்கு பூட்டி அடைபட்டுக்கிடந்தது.

இன்று நாம் சர்வ சாதாரணமாய் பயன்படுத்தும்படி, 'பாரதியின் பாடல்களை மேற்கோள் காட்டக்கூட உரிமையில்லாதபடி' கடுமையான விதிகள் இருந்தன. மேற்கோளில் வரி ஒன்றுக்கு காலணா கப்பம் கட்ட வேண்டிய அவசியம் இருந்த நிலையிலிருந்து 600-700 பக்கம் உள்ள பாரதியின் முழுத்தொகுப்பும் 100-150 ரூபாய்க்குள் அடக்கி மலிவுப் பதிப்பாய் மக்கள் கையில் புரளச் செய்ததில் பல பெரியோர்களின் பங்கு பேசப்படாமலேயே இருக்கிறது. தி.க. சண்முகம் தொடங்கிய இந்தப் போராட்டம் உலகில் முன்மாதிரியான ஒரு அரசியல் சட்டத்தை தமிழகம் முன்னெடுக்க வழிவகுத்தது. ஏ.வி.மெய்யப்ப செட்டியாரும் சி. விஸ்வநாத ஐயரும் நெகிழ்ந்து கொண்டு இசைவு தந்ததும் - செல்லம்மாள் பாரதியின் குடும்ப வறுமையும் அவினாசிலிங்கம் செட்டியாரின் பாரதி பற்றுமே இவை எல்லாவற்றிற்கும் காரணம்.

வேறெந்த இந்திய மொழியிலும் இல்லாதபடி நாட்டுமையாக்கப்பட்ட 2,000-கும் மேற்பட்ட புத்தகங்களை ஒருங்கே மின்னூல் வடிவில் tamildigitallibrary.in என்ற அரசின்

பிரத்தியேக வலைத்தளத்தில் இத்தனை இலாவகமாக நாம் பார்த்துவிட முடியாது. காந்தியின் எழுத்துக்களே 2009-ல் தான் நாட்டுடைமை ஆகின. அம்பேத்கரின் எழுத்துக்கள் அரசு- டைமை ஆனபோதும் நாட்டுடைமை ஆகுவதில் இன்னும் சிக்கல் உள்ளது. அந்த வழக்கு இன்றளவும் நடந்துவருகிறது. பொதுவுடைமைப் பூமியில் பிறந்த தாகூரின் எழுத்துக்கள் மீதான காப்புரிமை சிக்கல்களும் இன்றளவும் நாட்டுடைமையாக்கப்படாமல் ஒருசிலர் கைவ- சத்தில் உள்ளன.

இந்த வகையில் தமிழகத்தின் பங்கு பெருமுன்னோடித் தனமானது. முதலில் பாரதியார், பின் பாரதிதாசன், பட்டுக்கோட்டை கல்யாணசுந்தரம், அறிஞர் அண்ணாதுரை என அன்- றுதொட்டு தொ.பரமசிவன் எழுத்து வரை இன்றுவரைக்கும் 100-கும் மேற்பட்ட படைப்பா- ளிகளின் எழுத்துக்கள் நாட்டுடைமை ஆகியுள்ளன.

இதற்கெல்லாம் முன்னோடியாய் உள்ள, பாரதியின் எழுத்துக்குப் பின் உள்ள அரசியல் சமாச்சாரங்களும் - நாட்டுடைமையான கதைக் கோவையும் தனக்கே உரித்தான டிடெக்டிவ் பாணியில் ஆ.இரா. வேங்கடாசலபதி இந்நூலில் பதிவு செய்துள்ளார்.

பாரதி இறந்தும் பாடுகள் குறையவில்லை. சுந்தர ராமசாமி, கண்ணதாசன், மு. வரதரா- சன் என தமிழகத்தில் இன்றளவும் சூடுபிடிக்கும் காப்புரிமை - நாட்டுடைமை பிரச்சனையை சூடு குறையாமல் புரிந்துகொள்ள அனல் பறக்கும் இந்தப் புத்தகத்தின் துணை மிக இன்றி- யமையாத் தேவை! நூலின் முதல் அத்தியாயத்தில் பதிப்புரிமைக்கும் காப்புரிமைக்கும் வித்- தியாசம் சொல்லத் தொடங்கி, இறுதி அத்தியாயத்தில் நாட்டுடைமை அரசுடைமை வித்தி- யாசம் வரை நுணுக்கமான விஷயங்களை சலபதி பேசிச் செல்கிறார்.

மெய்யப்ப செட்டியாரின் தன் - வரலாற்றிலிருந்து அடிகோலிடும் வரிகள், தன்னை எந்த அளவிற்கு உண்மைக்கு தூரத்தில் வைத்து அழகு பார்க்க விரும்பினார் என்றும்; பாரதியின் பாடலுக்கு 10,000 ரூபாய் விலைகொடுத்து வாங்கி அம்போ'வென காப்புரிமை இழந்தபோ- தும் இருமாப்போடு கோர்ட் வாசல் ஏறி அலைந்த கதை பாரதி ஆய்வாளர்கள் தொடாத பக்கங்கள். கல்கி. இரா. கிருஷ்ணமூர்த்தி, கி.வா. ஜெகநாதன், மு.வரதராசன், ரா.பி. சேதுப்- பிள்ளை, சீனி. விசுவநாதன், ஓமந்தூரார், நாரண. துரைக்கண்ணன், ப. ஜீவானந்தம், மண்- டயம் ஸ்ரீநிவாஸச்சாரி போன்றோரின் பங்கு இதிலெல்லாம் என்னவாக இருந்தது என்றறிய விறுவிறுப்பு குறையாத இந்நூலை அனைவரும் வாசிக்கலாம்!

6

பொ. வேல்சாமியின் பொற்கால விளக்கம

காலச்சுவடு பதிப்பகத்தால் 2006-ல் பொ. வேல்சாமி எழுத்தில் வெளியான நூல் : பொற்-காலங்களும் இருண்ட காலங்களும். இதுநாள் வரை ஒன்பது பதிப்புகளைக் கடந்தும் செம்மையான விற்பனையில் இன்னும் முன்னணியில் நிற்கிறது.

பொ. வேல்சாமி அவர்களைப் பற்றி பாரதியார் பல்கலைக்கழகத் தமிழ்த்துறை துணைப் பேராசிரியர் திரு. கோகுல் கிருஷ்ணன் அவர்கள் சொன்ன பிறகுதான் அறிய வந்தேன். இவர் ஏற்கனவே பல அரிய ஆளுமைகளைப் பற்றி நேரம் கிடைக்கும் பொழுதெல்லாம் சொல்லி வந்திருக்கிறார். சலபதி, ப. சரவணன், சிவத்தம்பி, கைலாசபதி போன்ற நெடிய பட்டியலை நான் அடையாளம் கண்டதும் இவர் கண்ணாடிகளின் ஊடாகத்தான். அவ்வகையில் பொ. வேல்சாமி அய்யாவின் உரைகள் சிலவற்றை கேட்டு ரசித்த மயக்கத்தில், திருப்பூர் புத்தகக் கண்காட்சியில் இந்நூலை வாங்கியிருந்தேன்.

இந்நூலின் முன்னுரையில் ''பொ. வேல்சாமியின் அடிப்படை இயல்பு, கிடைக்கும் எந்த ஒரு சான்றையும் தனிப்படுத்திப் பார்ப்பதில்லை என்பதாகும். வரலாற்றின் விரிந்த வெளி-யில், முழுப்பரப்பில் வைத்துப் பார்க்கும் முழுமைப் பார்வை இவருடையது. தமிழக வரலாறு என்னும் பெரும்பரப்புக்கு ஏதாவது பங்களிப்பு செய்யும் கண்ணோட்டம் எல்லாக் கட்டுரை-களிலும் ஊடாடிச் செல்கின்றது'' எனும் பெருமாள் முருகனின் வார்த்தைகளில் துளியும் பொய்யில்லை.

முதலிரு கட்டுரைகளில் தமிழகத்தின் இருண்ட காலம் எனக் குறிப்பிடப்படும் களப்பிரர் காலத்தின் சொல்லப்படாத, விதந்து ஒதுக்கப்பட்ட பார்வைகளை தக்க சான்றுகளோடும்; தர்க்கத்தோடும் முன்வைக்கிறார். இந்தியப் பாரம்பரியத்தில் அவைதீக மரபின் பண்பாட்டு வரலாற்றை, வைதீக விஷமத்தை குறிப்பிட்டுச் சொல்லிமுடிக்கிறார்.

தமிழ் இலக்கியத்தில் பதியிலார் குறித்த கட்டுரையில் விலைப் பெண்டிர் குறித்தான பார்வை சிலிர்க்க வைக்கிறது. தாசிகளுக்கு உண்டான உரிமை கூட இல்லறப் பெண்டிருக்கு இல்லாமை - சங்க இலக்கியத்தில் கணிகையர் - தலைவி பாடுதிறம் பற்றிய ஒப்பாய்வுகள் வேற்றுதிசையிலிருந்து கிளம்பிய பார்வையாய் நம்மைத் திகைக்க வைக்கிறது.

'மாமாவும் மருமகனும்' என்ற கட்டுரை வ.உ.சி பாரதியை 'மாமா' என விளித்து எழுதி-யதை புத்தொளிக்கு கொண்டுவருவதன் ஊடாய், இருவரின் செல்வநிலையும் பேசிச் செல்-கிறது.

காலந்தோறும் ஏற்படும் கொள்கை மாற்றத்தாலும்; பார்வை மாற்றத்தாலும்; பச்சோந்தி புத்தியாலும் தான் எழுதிய நூலையே கைவிடும் கதைகளை 'மறைமலையடிகள் எழுதி மறைத்துவிட்ட இருநூல்கள்' என்ற கட்டுரை பேசுகிறது. இதில் பொ.வே. முன்வைக்கும் அரசியல் மிக முக்கியமானது.

இதன் தொடர்ச்சியாகவே 'வள்ளலார் அருட்பா ✕ மருட்பா' போர் பற்றியான கட்டு-ரைகளை நாம் இனங்காணவேண்டி வரும். நல்லவேளையாக ப. சரவணன் எழுதிய 'நவீன நோக்கில் வள்ளலார்' , 'அருட்பா ✕ மருட்பா' புத்தகங்களை வாங்கி ஸ்டாக்கில் வைத்-துள்ளேன்.

'தலித் சிந்தனைகளின் முன்னோடி : அயோத்திதாசர்' எனும் கட்டுரை பொ. வேல்சாமி பேசிய பொழிவின் சுருக்கமாகக் கொடுக்கப்பட்டுள்ளது. (ஏற்பாடு: அயோத்திதாசர் ஆய்வு மையம் & விடுதலைச் சிறுத்தைகள் அமைப்பு, 2005) இந்த நூலின் தலையாயப் பகுதி எனச் சொல்லத் தகும், ஆய்வு நுணுக்கம் நிறைந்த கட்டுரை இது.

அயோத்திதாசர் பற்றி பொதுவான சில செய்திகளை முன்னடுக்கிவிட்டு, அயோத்திதாசர் பார்ப்பனர் பார்வையை ஒப்பீட்டளவில் பேச அயோத்திதாசர் : பாரதியார் வியூகங்களை பல சந்தர்ப்பங்களில் முன்வைத்து எடுத்துச் செல்கிறார். 'ஐந்திரனே - இந்திரன்' என்று அங்கங்கு அயோத்திதாசர் உதிர்த்துச் செல்லும் ஒன்றிரண்டு வார்த்தைகளுக்குப் பின்னால் பலநூறு பி.எச்டி ஆய்வுக் கருதுகோள்கள் முடங்கிக் கிடப்பது வெள்ளிடைமலை. அயோத்-திதாசர் பற்றிய பார்வைகளை மேலும் விசாலாமாக்க நீலம் பதிப்பகமும் ஸ்டாலின் ராஜாங்க-மும் அண்மையில் வெளிக்கொணர்ந்திருக்கும் 'வைத்தியர் அயோத்திதாசர்' , 'பண்டிதர் 175' நூல்களின் இன்றியமையாமை புலப்படும்.

'உண்மை வரலாற்றுக்கு ஒரு தொடக்கப்புள்ளி, அபத்தங்களை மறுக்கும் அறிவியல் ஆய்வு' ஆகிய இரு கட்டுரைகளும் தமிழின் தொன்மையைப் பிடித்துத் தொங்கிக் கொண்-டிருக்கும் பின்புத்தி ஆய்வாளர்களை நேரிடையாக சாடுகிறது. தமிழரிஞர்களுக்கு அறிவியல் பார்வை வேண்டுவதன் அவசியம் இதில் பேசப்பட்டுள்ளது. லெமூரியா பற்றிய புரட்டுக் கதைகள் கிழித்தெரியப்பட்டுள்ளன.

எஸ்.ரா'வின் நெடுங்குருதி விமர்சனம், சிங்காரத்தின் புயலிலே ஒரு தோணி குறித்தான விமர்சனங்கள் காலத்தில் பின்தங்கிய கட்டுரையென அறிமுகப்படுத்தப் பட்டாலும் இன்றும் இந்தப் பார்வை தேவைப்படுகிறது. "கல்கியின் இந்துத்துவப் பார்வை" கட்டுரையே இன்று வெகுவான இடதுசாரி சிந்தனையாளர்களுக்கு பொன்னியின் செல்வன் நாவலின் பார்ப்பன விஷமத்தனப் பார்வைக்கு வித்தாக இருந்திருக்கும். ஆக மொத்தம் 25 கட்டுரைகளை உள்-ளடக்கி, சுவாரஸ்யம் குன்றாமல் அனார்க்கிச நடையில் எழுதித் தீட்டப்பட்ட அருமையான ஆய்வுக் கோவை இந்நூல்.

தமிழார்வம் கொண்டவர்களும், நவீனப் பார்வையில் உள்ளம் கொண்டவர்களும், முற்-போக்குச் சிந்தனையாளர்களும், இளநிலை ஆய்வாளர்களும் கட்டாயம் வாசிக்க வேண்டிய நூல் : பொற்காலங்களும் இருண்ட காலங்களும்.

7

பாரதிக்கு ஆய்வுமாலை சூடும் சலபதி

பாரதியார் பற்றி சலபதி பலகாலம் எழுதிய கட்டுரைகளின் தொகுப்பாய் 'எழுக நீ புலவன்' புத்தகம் கோர்க்கப்பட்டுள்ளது. இத்தகைய புத்தகம் தமிழ் ஆய்வுலகில் புதிதன்று. பாரதி பற்றி அவர் குடும்பத்தார் எழுதிய குறிப்புகளே வண்டி வண்டியாய் உள்ளன. மேலும் அவர் பற்றி தமிழ் அறிவுலகில் அத்தனைப் புத்தகங்கள் - அத்தனைக் கட்டுரைகள் எழுதித் தீர்த்தபோதும் சலபதி போன்ற ஆய்வாளர்களின் கண்களுக்கு இன்னுமெழுதாத பக்கங்கள் துருத்திக் கொண்டே இருந்துள்ளன போலும். கால இடைவெளியில் அங்கங்கு அவ்வப்போது அவர் எழுதிய கட்டுரைகளை தொகுத்து காலச்சுவட்டின் பதிப்பாய் இப்புத்தகம் 2016-ல் வெளி-வந்தது.

ஹென்றிவுட் நெவின்சன் எழுதிய பத்திரிகைக் குறிப்பிலிருந்து பாரதி வரலாற்றை விரித்-துக் கூறத் தொடங்குகிறார் சலபதி. ஆனால் அதிலவர் பெயர் இடம்பெறாமையும் அது பாரதிதான் என நிறுவுவதற்குத் துணைசேர்க்கும் சான்றாதாரங்களும் சலபதியின் வழக்கமான மெனக்கெடலை கண்முன் நிறுத்துவதோடு ஏற்புடையதாக இருக்கிறது.

1950-களில் அம்பேத்கரின் பிபிசி நேர்காணல் ஒன்று யூடியூப்-ல் காணக்கிடைக்கிறது. அதில் காந்தியின் இரட்டைமுகம் வெளிப்படுமாறு அம்பேத்கர் பேசியிருப்பார். "மேனாட்டு அறிஞர்கள் போற்றும்படி காந்தியின் அறிவுஜீவித்தனமான முற்போக்கு எழுத்துக்கள் ஆங்-கில இதழ்களில் பிரசுரமாகின. அதைப் படித்துவிட்டு மேனாட்டார்கள் அவரை கொண்-டாடினார்கள். அதேவேளையில் சதுர்வர்ணமுறையை ஆதரித்தும் சாதி முறையை தூக்-கிப்பிடித்தும் அவர் பேசும் எழுத்துக்கள் உள்ளூர் மக்களுக்குப் புரியும்படி குஜராத்தியில் வெளிவந்தன. இதன்மூலம் தான் ஹிந்து மதத்திற்கும் - சதுர்வர்ண முறைக்கும் எதிரானவன் அல்ல என பதியவைத்தார்" என்று அம்பேத்கர் சொல்கிறார்.

இதே குணத்தை நாம் பாரதியிடமும் காண முடிகிறதென முற்றும் ஆய்ந்த சலபதி சொல்லுமிடத்து, "ஆங்கிலத்தில் எழுதுங்கால் தன் கருத்துகளை அழுத்தமாகவும் வெளிப்ப-டையாகவும் முன்வைத்த பாரதி, தமிழில் எழுதும்பொழுது சிறிது சற்றி வளைத்தே எழுதுகி-றான்" என்கிறார்.

• 23 •

தமிழில் கருத்துப்படங்களுக்கு மட்டுமல்ல, பத்தி எழுத்திற்கும் (Columns) பாரதியே முன்னோடி என 'தராசு' தொடர் பற்றி நிறைய செய்திகளை முன்வைக்கிறார். அரும்பெரும் செய்திகளை அடுக்கும் அதேவேளையில், குறை சொல்லவும் - எதிர்மறை கருத்தாக்கங்கள் முன்மொழியவும் சுணக்கம் காட்டவில்லை.

மொழி வளர மொழிபெயர்ப்புகள் இன்றியமையாதவை. ஆனால் கலைச்சொற்களை உருவாக்கும் போது தமிழ்மொழியில் மட்டுமல்லாது, அவை வடமொழியும் சார்ந்திருக்க வேண்டும் என பேசும் பாரதி இங்குச் சிறைபிடித்து சுட்டிக்காட்டப்படுகிறார். இந்தியாவிற்கு பொதுமொழி வேண்டும் என்ற கருத்தாக்கம் எழுந்தபோது, 'இந்தி' மொழிக்கே அந்தத் தகுதி இருப்பதாக உரைத்தான். பின்னாளில் அரவிந்தரின் தொடர்பால் 'வடமொழி' என்று மாற்றுக் கொடி பிடித்தாலும் மேட்டிமைத்தனம் மாறாத புத்தியை 'பாரதியும் மொழியின் நவீனமைய-மாக்கமும்' என்ற கட்டுரை புத்தொளி வீசி வெளிக்கொணர்கிறது.

மேலும் இதழாசிரியர்களின் மட்டமான மொழிப்புலமையை பற்றிப் பேசுகையில், 'தகு-தியை நோக்கி பஞ்சாலையில் வேலைக்கு அனுப்ப வேண்டும்' எனச் சொல்வது பாரதியின் பார்ப்பனக் குசும்பாகத் தெரிகிறது.

"சாதியைப் பொறுத்தமட்டில், பாரதி கூறும் பேச்சுத் தமிழ் பிறபட்ட, தலித் சாதிகளின் பேச்சு மொழியைக் குறிப்பிடுகின்றதா என்ற கேள்வியே எழ முடியாத வகையில் அவனு-டைய மொழி பெரிதும் பார்ப்பனச் சொல்லாடலையே கையாள்கின்றது. நடைமுறையில் இல்-லாத வடமொழிச் சொற்கள் அவற்றின் மூல வடிவிலேயே பாரதியிடம் பயிலக் காணலாம். மேலும் அத்தகையதொரு மொழியினையே அளவுகோலாகவும் பாரதி பார்த்திருக்கிறான்" என்று சலபதி எழுதுகிறார்.

உண்மையில் சொல்லப்போனால், கவிதையில் ஒதுக்கித் தள்ளிய அத்தனை வடமொழிச் சொற்களையும் உரைநடையில் எழுதித் தீட்டியுள்ளான் பாரதி.

அவன் வெளியிட்ட கருத்துப்படங்களில் கூட இந்துமதவியல் கூறுகள் வெளிப்படையா-னவை. ஹிதிகாச - புராணப் படங்களே பெருவாரியாக மண்டிக் கிடக்கின்றன.

வானவியல், வரலாறு, கதை, காவியம், விளையாட்டு என சகலமும் தாய்மொழியில் வேண்டுமென கேட்டவன் சமயத்துறையிலும் வழிபாட்டுத் தளத்திலும் ஏன் இந்த கேள்வியை முன்னெழுப்பவில்லை என சலபதி கேட்கும் கேள்விகள் காத்திரமானவை.

நான் விரும்பிய மிகமுக்கியமான கட்டுரை 'தமிழறிந்த மன்னரிலை என்ற வசை : எட்-டயபுர ஜமீன்தார்கள் பற்றி..' மாக்கவி ஒருவன் தனது சுய மரியாதையெல்லாம் மூட்டைக் கட்டிவிட்டு புத்தகம் எழுதும் பொருட்டு, பொட்டிப் பாம்பாக அடங்கி எவ்வளவு போராடி இருக்கிறான் என்ற சிரமத்தை இதன்மூலம் உணர்ந்துகொள்ளலாம்.

அழுக்கும் கந்தலுமாய் உண்மையும் பொய்யுமாய் பிரம்மாண்ட வாழ்வு வாழ்ந்த பாரதி குறித்து சலபதி எழுதியிருக்கும் இந்த 14 கட்டுரைகளும் தனித்துவமானவை. கருத்துப் படங்-கள் தொடர்பான கட்டுரைக்கு ஒன்றிரண்டு கார்ட்டூன்களாவது அச்சிட்டிருக்கலாம்.

மொத்தத்தில் பாரதி அன்புர்களும் படைப்பிலக்கிய விரும்பிகளும் அள்ளி அனைக்கும் ரசமான புத்தகம் 'எழுக நீ புலவன்.'

8

செங்கோல் ஏந்தாத நீதியரசர்: நானும் நீதிபதி ஆனேன்

ஜெய் பீம் திரைப்படத்தின் சர்வதேச அங்கீகாரத்திற்குப் பிறகு, அதன் நிஜ நாயகன் சந்து-ருவின் மேல் பெரிய அபிப்ராயம் ஏற்பட்டது. என் பள்ளி பருவத்தில் பெரிய படிப்பு வட்ட நண்பர்கள் இல்லாததாலும், அரசியல் படிக்கும் குடும்பப் பிண்ணனி இல்லாததாலும் சந்துரு போன்ற சமூகத்தின் நிஜ நாயகர்களை அவர்தம் வாழ்நாளிலேயே அடையாளம் காண்பது எனக்கு பெரும் சிரமமே.

ஒருவேளை ஜெய்பீம் திரைப்படத்தின் மூலம் சந்துரு அறிமுகம் ஆகாமலே போயிருந்-தால், பாரதியாரை அவர்கால சமூகம் புறக்கணித்தது போல்; மு. அருணாசலத்தை இது-வரை அறிந்திடாத தமிழ்ச்சமூகம் போல் இன்னும் சரியாக நூற்றாண்டு கழித்து கொண்டா-டப்படும் செல்வராகவன் திரைப்படம் போல் பல ஆண்டுகள் கழித்தே இவரை அடையாளம் கண்டிருப்பேன். இப்படியொரு மகத்தான மனிதரை அறிமுகம் செய்ததற்கு தா. செ. ஞான-வேலுக்கு மிகப்பெரிய நன்றி நவில வேண்டும்! ஆனால் அத்துடன் ஒரு பெரிய குறையை செல்லமாகப் பதிவு செய்ய வேண்டும்!

"சந்துருவின் வாழ்வியல் நடப்பை பதிவு செய்ய அவர்தன் சுயசரிதைப் புத்தகத்தைத் தவிர வேறெந்த மூலமும் மனநிறைவு அளிக்காது."

வியர்த்தொழுகும் முகத்தோடு இளநிலைப் பட்டப் படிப்பு முடித்த கையுடன் கலைஞருக்கு வழங்கப்பட்ட டாக்டர் பட்ட எதிர்ப்புக் கூட்டத்திலிருந்து இளம் சந்துரு கிளம்புகிறார். இளநிலை முடித்தபின் மார்க்ஸிஸ்ட் கம்யூனிஸ்ட் கட்சியின் முழுநேர அரசியலில் ஈடுபடுகி-றார்.

புத்தகத்தின் முதலிரு அத்தியாயங்கள் திமுக'வின் தொடக்கக் கால தவறுகளைச் சுட்-டிக்காட்டியபடி சுறுசுறுப்பாக நகர்கிறது. இந்தப் போராட்டத்தின் விளைவாக நீதிமன்றத்திற்கும் - காவல் நிலையத்திற்குமாக அலைந்து திரிந்தபோது தன் சட்ட அறிவை மெல்ல மெல்ல

விசாலமாக்குகிறார். பின்னர் கிடைத்த சில அறிமுகங்களாலும் அண்ணனின் அறிவுரையா-லும் சட்டக் கல்லூரி பிரவேசம் அரங்கேறுகிறது.

இதற்குப் பின் சந்துருவின் தனிப்பட்ட வாழ்க்கை தொடர்பான செய்திகள் மிக மிக அரி-தாகவே பதிவு செய்யப்படுகின்றன. சட்டம் படித்தபோதும் மார்க்ஸிஸ்ட் கம்யூனிஸ்ட் உடனான தொடர்பு துண்டிக்கப்படாததால் எமர்ஜென்சி காலகட்டத்தில் சில நேரம் காவலர்களின் வேட்டைக்கு இரையாகத் தேடப்படுகிறார். இரண்டு மாதங்கள் அஞ்ஞான வாசம் சென்றா-லும் வகுப்பில் முதல் மதிப்பெண் எடுக்கும் சுட்டிப்பிள்ளை சந்துரு!

கடந்த காலத்தில் எழுப்பட்ட ஸ்டாலின் மிசா கைதியா என்ற கேள்வியை தாமே முன்-நிறுத்தி, ஆம் என்பதாக பல சான்றியங்களை முன்வைக்கிறார். மிசா கைதிகளை நேர்கா-ணல் செய்ய அனுமதி மறுக்கப்பட்டு, நீதிமன்றம் சென்று தடை உத்தரவு பெற்றபின், மூத்த தலைவர் ஹரிபட்டைச் சந்திக்க கேக் வாங்கிச் செல்கிறார். அதற்கு ஜெயிலர் மறுக்கவே, "வேண்டுமானால் உங்களுக்கும் கேக் ஒன்று வாங்கி வருகிறேன். இப்படி அல்பத்தனமாக நடந்து கொள்ளாதீர்கள்" என ஜெயிலரிடம் சொல்வதாக அங்கங்கு சிரிக்க வைக்கிறார்.

ஜெய்பீம் திரைப்படத்தில் வரும் முதல் காட்சியில், வழக்கறிஞர்கள் போராட்டத்தை கைவிட்டுவிட்டு சூர்யா பேரிகேட்டை தாண்டுவது போல் ஒரு ஷாட் இருக்கும். செயல்முறை நாடக பாணியாக இருந்தாலும் அவர் இவ்வாறு செய்தவர்தான் என்று இயக்குநரும் ஒரு பேட்டியில் சொல்லியிருந்தார்.

இவர்தன் ஜூனியர் வழக்குரைஞர் எடுத்து வாதாடிய கஜூரேலின் மனித உரிமை வழக்-கின் முக்கியகரமான விசாரணை அன்று நிகழவிருந்தது. தன் ஜூனியர் போராட்டத்தில் கொடிபிடிக்க சந்துரு அவ்வழக்கில் ஆஜராகிறார். இதனால் கஜூரேலின் நாடு கடத்தல் திட்டமும் - அவரின் என்கவுண்டர் திட்டமும் முறியடிக்கப்பட்டது.

அதே திரைப்படத்தில் நீதிமன்ற வளாகத்தில் குட்டிக் குழந்தைகள் ஓடி விளையாடுவதை மிக நுணுக்கமாக இயக்குநர் பதிவு செய்திருப்பார். இது தொடர்பான செய்திகள், 'பேற்று இல்லை எனினும் இருக்குது இன்பம்' எனும் பகுதியில் வெளியாகி உள்ளன. குழந்தைத் தத்-தெடுப்பு தொடர்பான வழக்குகளில் இவரின் தீர்ப்பே முன்னோடியாக இருக்கின்றன. இவை சந்துருவை ஒரு நீதிமானாக மட்டுமல்லாமல், பெரும் உயிரிரக்கவாதியாக உருவகப்படுத்து-வது உசிதம்.

புத்தகத்தில் அவர் எழுதிய ஒரு சிறு பகுதி,

"*"அச்சமயத்தில் நீதிமன்றக் கதவுகள் அடைக்கப்பட்டு, வழக்கு விசாரணைக்கு வந்த பெற்றோர்கள் மட்டுமே அனுமதிக்கப்பட்டு நாற்காலிகளில் அமர வைக்-கப்பட்டனர். அவர்களோடு வந்த குழந்தைகள் நீதிமன்ற அறையிலேயே ஓடி விளையாடின. சாட்சிகள் நாற்காலியில் அமர்ந்து கொண்டே சாட்சியம் அளிக்-கலாம். வழக்குரைஞர்களுப் வழக்குக்கு உட்பட்ட கேள்விகளைத் தவிர, இதர கேள்விகள் கேட்பதைத் தடுத்து நிறுத்தினேன். சில வழக்குகளில் கணவன் மனைவிக்கு இடையே குழந்தையை யார் வைத்துக்கொள்வது என்பதில் போட்டி இருக்குமானால், குழந்தைகளின் விருப்பத்தையும் தெரிந்து கொள்வதற்கு ஏது-வாக அன்று மதியமே என்னுடைய தனி அறைக்கு குழந்தைகளை வரவழைத்து*

விசாரித்து அக்குழந்தைகளின் விருப்பத்தையும் பதிவு செய்து கொள்வேன்."''

புத்தகத்தின் பெரும்பான்மை பகுதி இவரின் சொந்த வாழ்வியல் குறிப்பினால் நகராமல், அவர் வாதாடிய - கேட்டறிந்த - தீர்ப்பளித்த வழக்குகளால் நகர்கிறது. வழக்கின் வகைமை அறிந்து தனித் தனி அத்தியாயங்களாய் பிரித்திருக்கிறார். சட்டக் கல்லூரி மாணவர்களுக்கும் - சமகால அரசியல் - வரலாறு படிப்பவர்களுக்கும் இப்புத்தகம் பெரிய விருந்து என்பதில் துளி ஐயமில்லை.

கோர்ட்டில் விலங்கு மாட்டக்கூடாது என்று சுப்ரீம் கோர்ட் தீர்ப்பு இருப்பதாக பவர் சாங் பாடலில் சூர்ய பேசும் வசனம் ஒன்று வரும். இதுவும் புனைவுக் காட்சி அல்ல. அப்போது ஒரு மூத்த வழக்கறிஞராக பரிணமித்திருந்த சந்துரு, வளாகத்தில் நடந்து சென்றபோது ஏதோ ஒரு அமர்வில் ஒரு குற்றவாளியை விலங்கு மாட்டிய படி நிற்க வைத்துள்ளனர். சட்டென உள்நுழைந்து தனக்கு பரிட்சயமே ஆகாத ஒருவருக்காய் வாதிடுகிறார். "விலங்கிலிருந்து பரிணமித்த மனிதனை மீண்டும் விலங்காக்கும் கருவி விலங்கு என்ற எண்ணம் எனக்கு ஆழமாக உண்டு" என்று அவர் சொல்வது அனைத்துலகுக்கும் ஆனது.

இந்தப் புத்தகத்தின் பெரிய பாசிடிவ்-ஆன விஷயமே, தான் சார்ந்த துறை என்று எந்-தவொரு இடத்திலும் சந்துரு நீதித்துறையை ஏற்றிக்கூற வில்லை. அதன் கையாளாகாத தனத்தையும் - இயலாமையையும் - வஞ்சனையையும் அத்தனை இடங்களில் விரிவாகப் பேசி இருக்கிறார்.

ஜனநாயக நாட்டில் பேச்சுரிமை அடிப்படை உரிமையாக இருக்கும்போது, பொதுக்கூட்-டத்திற்கு ஏன் காவல் துறை அனுமதி பெற வேண்டும் என்று எனக்குப் புரியவே இல்லை என அவர் முன்னிறுத்தும் கேள்வி நம்மை ஆழ யோசிக்க வைக்கிறது.

இவரை நீதிபதியாக பரிந்துரைப்பதற்கு முன் ஒரு முறை தலைமை நீதிபதி சுபாஷண் ரெட்டி வீட்டிற்கு அழைத்ததும், அங்கு இவரின் சாதிப் பெயரைக் கேட்டதும் மிக வெளிப்-படையாக இடம்பெற்றுள்ளன. "28 வருடங்களாக வக்கீலாக இருக்கிறேன். அதில் 7 வரு-டங்கள் சீனியர் வழக்குரைஞராகப் பணியாற்றியுள்ளேன். நூற்றுக்கணக்கான வழக்குகளை இம்மன்றத்தில் நடத்தியிருக்கிறேன்.

அவற்றில் பலதும் சட்ட சஞ்சிகையில் வெளிவந்துள்ளன. என்னுடைய ஆண்டு வரு-மானமும் குறிப்பிடத்தக்க அளவில் உள்ளது. என்னுடைய தகுதி, திறமை அடிப்படையில் என் பெயர் பரிந்துரைக்கப்பட்டால் சந்தோஷப்படுவேன். இப்பதவி பெறுவதற்கு சாதிதான் முக்கியக் காரணம் என்றால் எனக்கு அப்பதவி தேவை இல்லை" எனும் கணத்தில் சந்துரு உயர்ந்துவிடுகிறார்.

பல இடங்கள் நம்மை சிந்திக்கவும் - நம் சிந்தனைப் போக்கை மாற்றி அமைக்கவும் வழிவகை செய்கின்றன. மார்க்ஸிஸ்ட் கட்சி இவரை தூக்கி எறிந்த காரணமும் நம்மை ஆச்-சரியப்படுத்துகிறது.

நீதிபதி ஆனதும் 'உளமாற' என்று உறுதியெடுத்துக் கொண்டுதாகட்டும்; எனக்கு செங்-கோல் ஏந்திய ஊழியர்கள் தேவை இல்லை என்று நடைமுறைப் படுத்தியதாகட்டும்; 'மை லார்ட்' என்பதற்கு பதிலாக 'சார்' என்று விளிக்கச் சொல்வதாகட்டும்; தன் நீதிமன்றக்

கதவில் 'இங்கு தெய்வங்கள் ஏதும் இல்லை. பூக்கள் வேண்டாம். இங்கு யாருக்கும் பசி இல்லை. இனிப்பு வேண்டாம். இங்கு யாருக்கும் குளிரவில்லை. சால்வை வேண்டாம்.' என்று ஒட்டியதாகட்டும்; எனக்கு 5 காவலர்களை பாதுகாப்புக்கு நியமித்திருக்கிறீர்கள். இதேபோல் 60 நீதிபதிகளுக்கு மொத்தமாய் 300 காவலர்கள். இவர்களைப் பயன்படுத்தி தென் சென்னையின் பாதுகாப்பை ஏன் உறுதி செய்யக்கூடாது என்று கறாராய் மறுத்ததா-கட்டும்;

புத்தாண்டு பரிசு என கையூட்டை ஏந்தி வந்து, உயர்நீதி மன்ற நீதிபதி வீட்டை படை-யெடுக்கும் மாவட்ட நீதிபதி - வழக்குரைஞர்களை டோஸ் விடும் விதமாய், 'அனைவருக்கும் புத்தாண்டு வாழ்த்துக்கள். இன்று யாருக்கும் அனுமதி இல்லை' என மறுத்ததாகட்டும்; மனித உரிமை வழக்குகளை வைகோ போன்ற பெரிய மனிதர்களிடத்தும் - ராஜாக்கண்ணு போன்ற எளிய மனிதர்களிடத்தும் பணமில்லாமல் வாதாடியதாக்கட்டும்; ஒரு மாதத்தில் 1200-க்கு மேற்பட்ட வழக்குகளில் தீர்ப்பு, நாளொன்றுக்கு சராசரியாய் 40 தீர்ப்புகள் என ஆறே முக்-கால் வருஷத்தில் 96000 தீர்ப்புகளை ஓய்வு அசதி பார்க்காமல், பொது - சிறப்பு விடுமுறை பார்க்காமல், அலுவலக நேரம் பார்க்காமல் ஓடி ஓடி உழைத்து நீதித்துறைக்குப் பெருமை சேர்த்த சந்துருவிற்கு இணை சந்துருவே!

இத்தகைய மகத்தான செய்திகளை உள்ளடக்கியதாய் அருஞ்சொல்லின் முதல் வெளியீடு மிகப் பிரம்மாண்டமாய் வெளிவந்துள்ளது, நனிச் சிறப்பு. அருஞ்சொல்லின் ரெகுலர் வாசகர் என்பதில் நானுமிதில் பெருமை கொள்கிறேன். எனினும் அங்குங்கு உள்ள அச்சுப் பிழை-களை அடுத்தப் பதிப்பில் சரிசெய்ய வேண்டும். சமஸ்'கு நன்றியும் வாழ்த்துக்களும்.

சந்துருவின் தனிப்பட்ட வாழ்க்கைச் செய்திகள் மிக அருகியிருப்பது வருத்தமளிக்கிறது. அவரின் நேர மேலாண்மை, அவரின் சிந்தனைத் தொட்டி ஊற்று, அவரின் செயலுக்கு - குடும்பத்தினர் ஆற்றிய பதில் - எதிர் வினைகள் என்னவென்று அறிய எளியனுக்கே உண்-டான அல்ப ஆசை எட்டிப்பார்க்கிறது.

ஓய்வுப் பெற்ற தினத்தில் அரசு தனக்களித்த காரை நீதிமன்றத்திலேயே ஒப்படைத்து-விட்டு, சென்னை கடற்கரை ரயில் நிலையத்திலிருந்து மின்சார ரயில் புறப்பட்டு கிரீன்-வேஸ் சாலையில் உள்ள தன் வீட்டுற்குச் செல்கையில் அவரைக் காண அங்குக் கூடியிருந்த பெருந்திரள் கூட்டத்திற்குள் முண்டியடித்து, 6 ஐ.ஏ.எஸ் ஆபீசர்களை தள்ளிவிட்டோடி ஒரு பூங்கொத்தை கையில் கொடுத்து - சிரிப்பை உதட்டில் உதித்து - எல்லாவற்றிற்கும் நன்றி சந்துரு என்று சொல்வதாய் ஒரு கனவு கண்டுமுடித்த கையோடு இப்புத்தகம் என்னைப் பிரிகிறது.

9

செ்ன்னை செலவு

இரவு 11.30-க்கு தான் இரயில். இருந்தும் சென்னை செல்லும் ஆர்ப்பரிப்பில் 10.40-க்கே திருப்பூர் இரயில் நிலையம் வந்துவிட்டேன். ஸ்டேஷன் வந்திறங்கியதும் மேட்டுப்பாளையத்-தில் இருந்து - சென்னை சென்ட்ரல் வரை செல்லும் இரயில் ஒன்று தயார் நிலையில் நின்றது. "பேசாம இதுல புக் பண்ணியிருந்தா, சீக்கிரம் போயிருக்கலாமோ?" என்று திட்-டுக்கொண்டே இரண்டாவது ஃப்ளாட்பாரம் நோக்கி நகர்ந்தேன்.

ம்ம். இவர்களெல்லாம் எங்குதான் இருக்கிறார்கள், ராத்திரி நேரத்திலும் எத்தனைப் பெரிய கூட்டமிது! எல்லோருக்கும் ஊருக்குச் செல்ல ஏதோவொரு காரணம் இருந்துகொண்-டுதான் இருக்கிறது. எனக்கும். திருத்தம், எங்களுக்கும் ஒரு காரணம் இருக்கிறது! ஆம். நான் காத்துக் கொண்டிருக்கும் சேரன் எக்ஸ்பிரஸில் கோவையிலிருந்து ஒரு கோஷ்டி வந்-துகொண்டிருந்தது. அவர்கள் நால்வரையும் சந்தித்து வெகு நாட்கள் ஆனபோதும், "சென்-னைப் புத்தகக் கண்காட்சிக்கு போலாம்ட" என்றதும் மாறுகொள்ளாமல் ஓ.கே சொன்னார்-கள். ஆனா, புத்தகம் வாங்க காசு?

ஒரு வாரம் எடுத்துக்கொண்டேன். அக்காவிடமிருந்து அப்பாவிடமிருந்து என கொஞ்சம் கொஞ்சமாக மீட்டர் போட்டு ஒரு நாலாயிரம் தேத்திவிட்டேன். ஆனால் இந்தப் புத்தகம் வாங்கும் சென்னைப் படலம் அவ்வளவு சுலபத்தில் உறுதியாகவில்லை. பயணத்திற்கு முந்-தைய நாள்வரை இழுபறியாக நீடித்து, ஒருவழி செய்துவிட்டது.

இத்தனைக்கும் பிறகுதான் இந்த இரயில்நிலைய பிரவேசம். நினைவுகளும் நேரமும் ஓடிக்கொண்டிருக்கையில் கோவையிலிருந்து கிளம்பிய சேரன் திருப்பூர் வந்துவிட்டான். விக்-கியிடமிருந்து அழைப்பு, "வந்துட்டோம் ட ஏறு." இவன் என் யூ.ஜி. நண்பன். முடிந்தவரை பயணச் செலவில் சிக்கனம் பின்பற்றினால் ஒழிய தீட்டிவைத்த திட்டம் நிறைவேறாது என்ப-தால் Second Sitter-ல் தான் டிக்கெட் போட்டிருந்தோம். D2 கம்பார்ட்மென்ட்டில் உரத்த சத்தத்தோடு வரவேற்றார்கள். நால்வரோடு சென்று நானும் ஐக்கியமாகிக் கொண்டேன்.

கொஞ்ச நேரத்துக்கு பழைய கதைகளைக் கிளறினோம். படித்த புத்தகங்கள், வாங்கப்-போகும் புத்தகங்கள் என பலவற்றைப் பேசி மணி 12.30-ஐ நெருங்கியதும் மெல்ல பிரேம் உறங்கப் போனான். அதுதான் அன்றைய கூத்து. செக்கென்ட் சீட்டரை ஸ்லிப்பராக உருவ-கித்து, பல கோணங்களில் படுத்துப்பார்த்தான். எதுவும் பிரயோஜனப்படவில்லை. அவனுக்கு

இது முதல் இரயில் பயணம். நிச்சயம் வெறுத்திருப்பான்.

சீனியும் விக்கியும் புத்துணர்வோடு இருப்பதை பயன்படுத்திக் கொண்டு மேலும் கதைத்-தேன். மணி 2-ஐ நெருங்கியது. பூபால் ஏற்கெனவே தூங்கிப்போயிருந்தான். எழுப்பி சென்று சில நினைவுப் புகைப்படங்கள் எடுத்துக்கொண்டோம்.

3 மணிபோல் சீனியும் உறங்கிடவே, நானும் விக்கியும் மட்டும் வலிந்து பேசிக்கொண்டு வந்தோம். திடீரென்று தூக்கத்தில் ஏதோ மாயாஜால சம்பிரதாயம் போல் விந்தையாக ஏதோ செய்தான் பிரேம். விழுந்து விழுந்து சிரித்தோம். கொஞ்ச நேரம் யௌவனத்தைப் பற்றி எடுத்துச் சொன்னேன். இந்தமுறை விக்கியும் வீழ்ந்துவிட்டான்.

முந்தைய தினம் வெளியான அருஞ்சொல் கட்டுரைகளை வாசித்தேன். குளிர் பொறுக்-கவில்லை. எழுந்து நடந்தேன். கம்பார்ட்மென்டே மயான காட்சியளித்தது. திரையில் வரு-வதுபோல் எந்தப் பெண்ணும் பேசுவதற்கில்லை. நாற்றமெடுத்துவந்த கம்பார்ட்மென்ட் கழிப்-பறை, "நெஞ்சுக்குள் பெய்திடும் மாமழை" பாட ஏதுவான சூழலை ஏற்படுத்தித் தரவில்லை. மொத்தத்தில் எல்லாம் ஏமாற்றமளிக்க நானும் தூங்குவதற்கு முயற்சி செய்தேன். நேரம் கடந்-தது. கடந்த..கடந்..த..து. தூங்கீ..விட்டேன்..zzzz!

அரக்கோணத்திலிருந்து அரவம் கேட்டது. அடடா. வானம் வெளிர்விட்டாச்சு. இன்னும் கொஞ்ச நேரத்தில் சென்னைதான் என்று விழித்துக் கொண்டேன். பாத்ரூம் போய் ஃப்ரெஷ் ஆகிவிட்டு, முதலாலாய் தயாராகி நின்றேன்! இடைநிறுத்தத்தில் ஏறியவர்களை ஏறெட்டுப் பார்த்தேன். ஒவ்வொருவராய் எழுப்பி அவசரப்படுத்தினேன். திடீரென்று மெரினா செல்ல-வேண்டும் என்று விக்கி முனைந்தான். பூபாலும் தோள்கொடுக்க, வாதம் வலுப்பெற்றது. "அடேய்.. லேட் ஆகிடுமே ட.. ம்ம்.. சரி போலாம்" என சென்ட்ரலில் இருந்து நடைகட்-டினோம்.

இராஜிவ் காந்தி பொது மருத்துவமனை முன்பாக சாலை கடந்துவிட்டு, மதராஸ் மெடிக்-கல் காலேஜ் வழியாக நேப்பியர் பிரிட்ஜ் வந்தடைந்தோம். பசி வயிற்றைக் கிள்ளியது. மணி சுமார் 8.00 இருக்கும். தோ கிலோமீட்டர் கணக்குச் சொல்லி - தூரம் நீண்டுகொண்டே இருந்தது. ஹப்பாடா ஒரு கையேந்தி பவனை கண்டடைந்தோம்! சுடச்சுட இருந்தாலும் சுவை இல்லை. திரும்பிப் பார்த்தால் கால்டுவெல் சிலை அனாமத்தாக இருந்தது. அடப்பா-விகளா என நொந்து கொண்டேன். அதுதான் அண்ணா சதுக்கம் பேருந்து நிறுத்தமென்று பின்னர் அறிந்துகொண்ட போது, நெஞ்சு கணத்தது. கைகழுவிவிட்டு கடல் நோக்கி நகர்ந்-தோம்.

மண்ணில் நடப்பது ரொம்பவே சிரமமாக இருந்தது. உடைத்துப் போட்ட பாட்டில்கள் சில, சூரிய ஒளியில் மினுமினுத்ததால் ரத்தம் வராமல் காப்பற்றப்பட்டோம். ஷ்ஷ்ஷொப்பா கடல் வந்துட்டு! அடிவயிற்றிலிருந்து கத்தினோம். ம்ம். பார்த்தவர்கள் என்ன நினைத்தார்களோ!

90-களில் வெளிவந்த கடலோர தமிழ் சினிமா பாடல்களின் ஒவ்வொரு வரியையும் முணுமுணுத்தப்படி ஃபோட்டோவிற்கு போஸ் கொடுத்தோம். அதில் சில மிகக் கேவலமாய் இருந்தன. மாற்றுத்துணி இல்லாதபோதும் தன் முழு உடலையும் நனைக்கத் துணிந்த பிரே-மின் துணிவு ஆச்சரியப்படுத்தியது. ஒரு சமயத்தில் நீர் சொரிந்து குளிக்கும் யானையைப் போல் தெரிந்தான். திருட்டுப்பையல், எல்லோரையும் ஈரப்படுத்திவிட்டான். விக்கி மட்டும் உஷாராக 'சலி' என்று சொல்லி ஒதுங்கிவிட்டான்.

அண்ணா சமாதிக்கு நேர் பின்பகுதியில் ஒரு பெரிய மணல்திட்டு இருந்தது. அங்கு ஏறி துணிகளை உலர்த்துவது என முடிவு செய்யப்பட்டது. தூரத்திலிருந்து பார்த்தால் கூட அவ்வளவாக கூச்சம் இருக்காது என்பதன் பேரில் இந்த முடிவு. அந்த இடம் மிகப் பிர-மாதமான ஒன்று என பின்னர்தான் தெரிந்தது. அதன் வடக்கில் சென்னை துறைமுகமும் மேற்கில் கூவம் வங்க கடலில் கலக்கும் சந்தியும் இருந்தன. அந்த மணற்திட்டில் வெறும் உள்ளாடை மட்டும் அணிந்த ஒருவர் மீன்பிடித்துவிட்டு மீண்டுமதே மீனை மறுபக்க திட்டின் வழியாக கடலில் விட்டார். "யாருடா இந்தக் கிறுக்கன்?" என்று எச்சில் ஊறியது. துணி காயும் வரை துண்டணிந்து வலம்வந்தேன். அங்கிருந்து கடல் முழுமையும் தெரிந்தாய் சில வேதாந்தங்கள் பேசிக் கொண்டோம்.

கையேந்தி பவன் கைக்கொடுக்காததால், மீண்டும் பசியெடுத்தது. ஆனால் அதற்கெல்-லாம் நேரமில்லை.

அண்ணா சமாதி செல்வதென்று முன்னரே திட்டமிட்டிருந்தோம். விக்கியின் நச்சரிப்பால் எம்.ஜி.ஆர். - ஜெயலலிதா சமாதிக்கும் செல்ல நேர்ந்தது. திட்டிலிருந்து இறங்கும் வழியில் சரியாக ஜெயா. சமாதிக்கு பின்புறம் மெரினா மருங்கில் ஒருசிறுவன் காலைக்கடன் கழித்துக் கொண்டிருந்தான். அவன் மனதைரியத்தை மெச்சியபடி நகர்ந்தோம். அன்றைக்கு அண்ணா சமாதியில் அவ்வளவு கூட்டமில்லை. அவரின் சிலையைத் திகைத்துப்போய் பார்த்தேன். எத்தனைப் பெரிய மனிதர் அண்ணா நீ! மனம் இறுக்கமானது. அவரின் சமாதியை தொட்டுப் பார்த்து, ஆசைத்தீர புகைப்படம் எடுத்துவிட்டு வந்தோம்.

அண்ணா சதுக்கத்தில் நின்றுகொண்டிருந்த டிரைவரிடம் கேட்டு, அதன்படி பேருந்திற்குக் காத்திருந்தோம். நேரம் விரயமாகிக் கொண்டே இருந்தது. வழியில்லை என்று ஓலாவை ஓபன் செய்த கணம், ஜெயகாந்தனின் அக்கினிப் பிரவேசத்தில் நெருங்கும் காரைப் போல ஒரு ஆட்டோக்காரர் வந்தார். 150 என்று முடித்துக்கொண்டு கொஞ்ச தூரம் சென்றதும், "ராயாபுரம் எம்.சி.ஏ தானே" என்றார். "அட இல்லண்ணே. நந்தனம் ஒய்.எம்.சி.ஏ" என்-றேன். அவருக்கு வழிதெரியாமல் இன்னொரு ஆட்டோக்காரரை அணுகி, எங்கெங்கோ சென்று கடைசியில் ஒய்.எம்.சி.ஏ. விற்கு 1.0 கி.மு முன்பு வழிமாறிப்போய் ஒய்யாரமாய் ஒரங்கட்டிவிட்டார்.

"தம்பி. இதுக்கு மேல போன 5 கி.மீ சுத்திப் போணும். இப்படியே போன ஒன்-வே. நீங்க பேசாம நடந்துபோயிருங்க. அது ரொம்ப பக்கம்" என்றார். கோபம் கொப்பளித்து வந்தது. ஆளுக்கு 50 என்று 250 வாங்கிக்கொண்டும் சரியாகக் கொண்டு சேர்க்கவில்லை. மீண்டும் நடந்தோம். இடையில் அவர்கள் சர்பத்தும் ஐஸ்ஸும் உள்ளே இறக்கினார்கள். இப்படித்தான் புத்தகக் கண்காட்சிக்கு வந்து சேர்ந்தோம்.

8வது நுழைவாயிலில்தான் உள்ளேற வேண்டும் என்ற பதாகை கொஞ்சம் அலுப்பூட்டி-யது. முதல் நுழைவாயிலில் உள்ள நீலம் பதிப்பகத்திற்கே முன்னர் செல்லவேண்டும் என்று எத்தணித்திருந்தோம். வந்ததில் மூவருக்கு இது முதல் அனுபவம் என்பதால், எனக்கே உண்-டான அனுபவ மிடுக்கோடு சில சாமர்த்தியங்களைச் சொல்லிப் புகுந்தேன்.

1. கையில ஒரு நோட் எடுத்துக்கோ.

2. பென்சிலோ - பேனாவோ வெச்சு, புடிச்ச புக்கெல்லாம் நோட் பண்ணிக்கோ.

3. கண்டிப்பா வாங்கனும்'னு தோணுச்சு'னா மட்டும் எடுத்துடு, இல்லாட்டி லிஸ்ட்-ல நோட் பண்ணிக்கோ.

4. அதேமாதிரி சைடு-ல ஒரு பேலன்ஸ் ஷீட் போட்டுக்கோ. ஒவ்வொரு புக்கும் வாங்கும்போது, அதோட விலையை மொத்தப் பணத்துல இருந்து கழிச்சிட்டே வா. பசியோடு இரு. ஒவ்வொரு புத்தகத்தையும் கண்ணும் கருத்துமா உத்துப் பாரு. இந்த நாள் உனக்கு. சாப்டு!

அப்போது மேய ஆரம்பித்தோம். சுமார் 7.30 வரை எந்தவொரு தொல்லையும் இல்லாமல் திருப்தியாக பர்ச்சேஸ் பண்ணுவதாகத்தான் ப்ளான். ஆனால் 8வது ரோ முடியும் முன்பே பசிப்பதாய் அனத்தினான், விக்கி. பொறுடா - பொறுடா - என்றவன் பொறுமையை தின்றுவிட்டு 2.30 போல் சாப்பிடச் சென்றோம்.

மீண்டும் நுழைந்து கிழக்கு, சூரியன், நக்கீரன், பாரி நிலையம், தமிழக அரசு பாடநூல் கழகம், எதிர், நீலம், யாவரும், டிஸ்கவரி, சிக்ஸ்த்சென்ஸ் என்று சகட்டுமேனிக்கு சுத்தி 12 புத்தகங்களை அடுக்கி விட்டேன். அவர்களும் ரஸத்திற்கு ஏற்றார்போல் வாங்கித் தள்ளினார்கள். அப்போதுதான் அவர் என் கண்ணில் பட்டார்.

தேசாந்திரி ஸ்டால்-ன் முன் கம்பீரமாய் உட்கார்ந்திருந்தார், எஸ்.ராமகிருஷ்ணன். அவர் எழுதிய "மண்டியிடுங்கள் தந்தையே" குறித்து தேசாந்திரி யூடியூப் பக்கத்தில் அவரே பேசிய காணொளியை சில நாட்களுக்கு முன்பே பார்த்திருந்தேன். நான் ஒரு ஃபிக்ஷன் விரும்பி இல்லை என்றாலும், அந்தக் காணொளி என்னை உருகச் செய்திருந்தது. உடனே அந்நூலையும் காந்தியின் நிழலில் என்ற நூலையும் வாங்கிவிட்டு, அவரிடம் ஒப்பம் பெற்று அறிமுகமானேன். மனம் நிறைவாய் இருந்தது.

அதே மகிழ்ச்சியில் இரண்டடி வைத்தால், மனுஷ்யபுத்திரன் இருந்தார்! உயிர்மை அரங்கில் சில சில துணுக்கு வேளைகள் இட்டபடி பின்பக்கமாய் இருந்த அவரைக் கண்டேன். அவர் எழுதிய மூன்று கவிதைகளை, டிசம்பர் மாதத்தில் என் பல்கலைக்கழக நண்பர்களோடு சேர்ந்து ஒளிவடிவில் காட்சிப்படுத்தி, அந்த வீடியோ இணைப்பை முகநூல் வழி அவருக்கு அனுப்பியிருந்தேன். மிக்க மகிழ்ச்சி கொண்ட அவர், தன் ஃபேஸ்புக் பக்கத்தில் பகிர்ந்ததோடு - தனிப்பட்ட வாழ்த்துச் செய்தியும் நன்றியோடு அனுப்பியிருந்தார்.

இதையெல்லாம் நினைவுகூறி அவரை சந்தித்ததில், அத்தனை அலாதியான மகிழ்ச்சி இருந்தது. ஆனால் நிறைய பேசமுடியவில்லை. உள்ளுக்குள் அவர் கவிதை நூல் தலைப்பையே மீண்டுமொருமுறை சொல்லிக்கொண்டேன். "மிஸ் யூ. இந்த முறையும் இவ்வளவுதான் சொல்ல முடிந்தது"

பிரேமிற்கு கால் செய்து மனுஷுடன் ஃபோட்டோ எடுக்க அனுப்பிவைத்தேன். அவனும் மகிழ்ச்சியோடு பெற்றுவந்தான். அகனிற்கும் - மேகாவிற்கும் ஏதாவது வாங்க வேண்டுமென்ற தேடல் சென்ட்ரல் டு மெரினாவை விட நீண்டதாய் இருந்தது. அலைந்து திரிந்தும் ஓரிளவே சமரசம் செய்ய முடிந்தது. இத்தனைப் பெரிய புத்தகக் கண்காட்சியில் ஒரு 2.5 வயது சின்னக் குழந்தையை சமாதானம் செய்து சிரிக்க வைக்கும்படி ஒரு ஸ்டால் இல்லையே!

கீழடி என்ற பெயரில் தொல்லியல் துறையினர் கண்காட்சி ஒன்றினை அமைத்திருந்தனர். அத்தனை நேர்த்தியாய் அமைக்கப்பட்டதுடன், தொல்லியல் துறை ஊழியர்களும் பணவுடன் நடந்து கொண்டார்கள்.

பெருவிருந்து உண்ட மயக்கத்தில், நாற்காலி அமைக்கப்பட்டிருக்கும் அரங்கில் மெல்ல வந்து குடியேறினோம். அப்பாடா. பெரிய ஓட்டம் நிறைவடைந்ததாய் இருந்தது. வாங்கிய புத்தகங்களை எடுத்துக் காண்பித்துக் கொண்டோம். உடனே ஒரு அழைப்பு வந்தது. "அங்க-தான் இருக்கீங்களா?" "இருக்கேன் வாங்க அஜய்" என்று துண்டித்தேன். அஜய்-ம் நானும் விகடன் மாணவப் பத்திரிகையாளர் திட்டத்தில் ஒரே பேட்ஜ்-ல் பயிற்சி பெற்றோம். இப்போது அவன் விகடனிலேயே News Sense TN பணியில் முழுநேர ஊழியராக பணிசெய்து வருகிறான்.

அவன் வருகிற வரை புத்தகக் கண்காட்சி பேமஸ், அப்பளக் கடைக்கு ஒரு விசிட் அடித்தோம். பொடி பறக்க பறக்க தின்று தீர்த்துவிட்டு, சுகாதாரத் துறை அமைச்சர் மா.சுப்-பிரமணியம் வருவதை வேடிக்கைப் பார்த்துக் கொண்டிருந்தபோதுதான் கவனித்தேன்.

"இது வெறும் புத்தகக் காட்சியில்லைப்பா. இங்கு எத்தனை பட்டாம்பூச்சிகள் இருக்-கின்றன பார். சென்னைவாசிகள் ஏன் தோழி விஷயத்தில் இத்தனை உறுதியாக ஏங்கித் தவிக்கிறார்கள் என அப்போதுதான் புரிந்தது. தோழிகள் இல்லாத ஏகாந்த உலகில் வாழ்ந்த ஒரு மொட்டைப் பையனாய் இந்தச் சென்னை நம்மை உருகவைக்கிறதே என வாலிபம் குத்தலெடுத்தது."

அதற்குள் அஜய் வந்துவிட, அவனுடன் மீண்டும் ஒரு விசிட். அங்கு அவன் எழுத்-தாளர் அகரமுதல்வனை அறிமுகம் செய்து வைத்தான். தேசாந்திரியில் இரண்டொரு புத்த-கங்களை பொறுக்கிக் கொண்டு வெளியே வரும்போதுதான் தெரிந்தது, "ரிட்டன் ட்ரெயின் 11.40-க்கு அல்ல, 10.00 மணிக்கு." கடைசி நேரத்தில் போட்டுவைத்த திண்டுக்கல் தலப்-பாக்கட்டி டின்னர் ப்ளான் க்ளோஸ்!

அவசர அவசரமாக ஓடி சென்ட்ரல் வந்தடைந்து, அங்கேயே ஒரு ஹோட்டலில் பிரி-யானியும் பெப்பர் சிக்கனும் தின்றுவிட்டு ரயில் ஏறினோம். இந்தமுறை ஒவ்வொருவராக இல்லாமல் எல்லோரும் ஒரேடியாய் மட்டையாகி விட்டார்கள். இலவு காத்த கிளியாக நான் மட்டும் கொட்ட கொட்ட விழித்திருந்தேன். இந்த முறையும் ரயிலில் எந்த அதிசயமும் நடக்கவில்லை. அதிகாலை 4.30-கு திருப்பூர் வந்துடைந்தபோது ஒன்றை மட்டும் ஊர்ஜிதம் படுத்திக் கொள்ள விரும்பினேன், "இனி எங்கு சென்றாலும், ப்ரஸோடு பேஸ்ட்டையும் எடுத்துச் செல்ல வேண்டும். இந்தமுறை போல் எல்லா தடவையும் மாஸ்க் கைக்குடுக்காது"

10

மஹான் - மாறுபட்ட விமரிசனம்

விக்ரம், துருவ், பாபி சிம்ஹா நடிப்பில் அமேசான் தளத்தில் வெளியாகி இருக்கும் திரைப்-படம், மஹான். கார்த்திக் சுப்பராஜ் இயக்கியிருப்பதால் ரசிகர்கள் மத்தியில் பெரும் எதிர்-பார்ப்பு இருந்து வந்தது. பக்கா கமர்ஷியல் எலிமென்டோடு களமிறங்கியிருந்தாலும் குறியீட்-டியல் உத்தியில் காந்தி மஹானாக வரும் விக்ரமை தேசப் பிதாவின் நிழலில் பொருத்தி, கதைச் சொல்லியலில் வேறுதளத்திற்கு முன்னேறியிருக்கிறார் இயக்குநர்.

தன் வாழ்நாளின் 40 ஆண்டுகளை, உத்தமனாகவும் - அஹிம்சைவாதியாகவும் வாழ எத்தனிக்கப்படும் ஒருவனின் அடக்கி வைக்கப்படும் பெருங் கோபம் என்னவெல்லாம் செய்-யும் என்ற ஒன்லைனர்தான், மஹான். ஆனால் "தவறுகள் செய்ய அனுமதிக்காத சுதந்திரம் சுதந்திரமே அல்ல" என்ற காந்தியின் பொன்மொழி பதாகையோடு பல கொள்கைகளைக் கேள்விக் கேட்கத் துணிந்திருக்கிறார், இயக்குநர்.

காந்தியின் அஹிம்சை கொள்கைக் குறித்து பல மானுடவியல் திறனாய்வுகள் மேற்-கொள்ளப்பட்டுள்ளன. பின்வந்தவர்களும் அதன் சாதக - பாதகங்களை அவரவருக்கு ஏற்ற-படி அணிந்து கொண்டார்கள். அவ்வகையில் கார்த்திக் சுப்பராஜ் விரும்பி அணிந்த சட்டை, காந்தியைக் கொன்ற கும்பல் கொடுத்தது. அதே டைலர், அதே வாடகை. ஆனால் உடுத்-திய காரணம் மட்டும் வேறு.

காந்தியை தான் ஏன் கொன்றேன் என்ற வாக்குமூலத்தில் கோட்சே சொல்கிறான்,

"ஆங்கிலேயரின் அநீதிக்கு எதிராக ஆயுதம் ஏந்திப் போராடுவது என்பது முறையானது அல்ல என்று அவர் கூறுவதை என்னால் ஒருபோதும் ஏற்கமுடியாது. ஆங்கிலேயரை எதிர்ப்பதே இந்து மதத் தர்மம். அதுவே நம் தார்மீகக் கடமை. தேவைப்படும் இடத்து நம் பலத்தைப் பிரயோகிக்க தயங்கி நின்றால், வெற்றிக்கு நாம் செல்லும் வழி வெகுதூரத்திற்கு போய்விடும்.

குரூரமான ஒரு சண்டையின் மூலம் இரவாணனை தோற்கடித்தப் பின்தான் இராம-தேவன் சீதாதேவியை மீட்டார். மகாபாரதத்திலும் கூட தன் கெடுகாலத்தை முடிவுக்குக் கொண்டுவர கிருஷ்ணப் பெருமான், கம்சாவை கொலைசெய்யவே துணிந்திருக்கிறார். தன்

"

நிலங்களை ஆக்கிரமித்த பீஷ்மரை போர்களத்தில் கொல்லுதற்கு அர்ஜுனன் சற்றும் தயங்-
கவில்லை. அதைத் தடுக்க முற்பட்டது தன் உறவினர்களே ஆயினும் நண்பர்களே ஆயினும்
அர்ஜுனன் கொன்று புதைத்தான்.

"ராமர், கிருஷ்ணர், அர்ஜுனர் இவரெல்லோரும் வன்முறையின் வடிவொழுகாக நம்
மனதில் பதிந்திருக்கும் போது, அஹிம்சை வழியில் செல்லலாம் என நம்மை அழைத்துச்
சென்ற மகாத்மா - பெரும் துரோகப் படுக்கையில் கிடத்திவிட்டார்" என்பது என் அசைக்-
கமுடியாத நம்பிக்கை.

மிக சமீபத்திய வரலாற்றில் கூட சத்ரபதி சிவாஜியின் வீரம் நிறைந்த சண்டைதான்
இஸ்லாமிய கொடுங்கோன்மையை தடுத்தது, பின்னர் அதை முற்றிலுமாக ஒழித்தது. அப்சல்
கானின் முரட்டுத்தனங்களை மூட்டைக்கட்ட, சிவாஜியின் போர்த் தந்திரங்கள் இன்றியமை-
யாததாய் இருந்தன. தன் உயிரையே துச்சமாக எண்ணி அப்போரில் அவர் வெற்றிப்பெற்-
றார். அப்பேர்பட்ட சிவாஜி, ராணா பிரதாப், குரு கோவிந்த் சிங் போன்றோரை வழிதவறிய
தேசபக்தர் என்று பிரகடனம் செய்வதன் மூலம் தன் சுய ஆணவத்தை காந்தி வெளிப்படுத்-
தினார்.

ஒருவேளை முரணாகத் தோன்றினாலும் இதுதான் உண்மை, தன்னையொரு வன்முறை
விருப்பற்றவராய் காட்சிப்படுத்திக் கொண்டு உண்மையின் பெயரிலும், அஹிம்சையின் பெய-
ரிலும் எண்ணிலடங்காத பேரிடர்களை இந்நாட்டில் அவர் ஈவு இரக்கமின்றி ஏற்படுத்தி வந்-
தார்."

இதை நாம் பின் நவீனத்துவ பார்வையில் இருந்து பார்க்கலாம். இந்தியாவிற்கும் அதன்
மக்களுக்கும் அந்நியமான அகிம்சையை 'சட்டெனப் பழகு' என்று கையில் இருந்த ஆயு-
தங்களைப் பிடுங்கிவைத்தவர் காந்தி. சொன்னவர் காந்தி என்பதாலேயே, எல்லோரும் ஏற்-
றுநடக்க வேண்டியதாயிற்று. இருந்தபோதும் இத்திட்டம் முழுமையாக வெற்றி அடைய-
வில்லை. அஹிம்சை வெற்றியடைந்த வழி என்று சொன்னபோதும், மறுபக்கம் சௌரி-சௌரா
போன்ற கலவரங்கள் அஹிம்சையின் வெற்றிடத்தை வெளிச்சம் போட்டுக் காட்டின. குறிப்-
பாக பிரிவினையின் போது ஏற்பட்ட கலவரங்கள், அதில் உயிரிழந்த இலட்சக்கணக்-
கான மக்களின் கதறல்கள். அங்கு காந்தியின் அஹிம்சை காற்றில் விடப்பட்டது. அவரின்
அஹிம்சை இந்தியர்களைவிட பிரித்தானியர்களையே அதிகம் காப்பாற்றியது என்றால் அது
பொய்யல்ல!

ஆனால் இதை முன்னிறுத்தி காந்தியையோ காந்தியவாதத்தையோ யாராலும் தவறு
சொல்ல முடியாது. காந்தியை எதிர்ப்பது வேறு - விரும்பாதது வேறு. எதிர்த்தவர்கள்
கொலை செய்தார்கள் - விரும்பாதவர்கள் தட்டிக் கேட்டார்கள். காந்தியவாதமோ - கம்யூ-
னிசமோ எதிர்ப்பது தவறல்ல, எந்தக் காரணத்திற்காக எதிர்க்கிறோம் என்பதில்தான் விசயம்
இருக்கிறது.

கள்ளுக்கடை மறியலில் தீவிரமாய் ஈடுபட்டு, காந்தியின் அறப்போர் இயக்கத்தில்
இணைந்துகொண்டவர் விக்ரமின் தந்தையாக வரும் ஆடுகளம் நரேன். காந்திபோல் தன்
மகனையும் சத்தியவானாக வளர்க்க சத்தியம் செய்கிறார். காந்தி மஹான் என்று பெயர்-
சூட்டி, அவன் விரும்பாமலே அவனுக்கு அஹிம்சைவழி போதிக்கப்படுகிறது.

கிட்டத்தட்ட இந்திய மக்களுக்கு பிதா என்ற ஸ்தானத்தில் இருந்து, அவர்கள் விரும்-பியோ - விரும்பாமலோ அஹிம்சைவழியை காந்தி கற்பித்தது மாதிரி. விருப்பமில்லாத கொள்கை, சில பத்தாண்டுகள் கழித்து இந்திய வரலாற்றின் சில தினங்களை இருட்டடித்தது மாதிரி, காந்தி மகானாக வரும் விக்ரமின் வாழ்க்கையையும் கலங்கப்படுத்துகிறது.

ஒரே ஒரு நாள் தான் விரும்பியபடி, ஆட்டம் - பாட்டம் - குடி - கும்மாளம் என்றிருந்-துவிட்டு இயல்புக்கு வரும் நொடியில் சூன்யம் பிடித்துக்கொள்கிறது. மனித இயல்பையும் - கொள்கை பீடிப்பையும் காந்தி மகான் ஆழ சிந்திருக்கிறான். 'தன் இத்தனை ஆண்டுகால தவம், ஒருநாள் சாராய போதையில் செல்லரித்துவிடுமா என்ன?' தேசப்பிதா காந்தி விரும்-பிய சிரவண பிதுர்பத்தி நாடகத்தில், தன் மனைவி மக்களை இழந்த பிறகும், அரிச்சந்திரன் சத்தியத்தை கைவிடவில்லை. ஆனால் காந்தி மஹான் கைமீற விரும்புகிறான்.

சரக்கு சாம்ராஜ்யத்தின் மோனோபாலியாக உருவெடுக்கிறான். அங்குதான் திரைக்கதை-யும் சூடுபிடிக்கிறது. காந்தியைப் பிரிந்த அவன் மகன் தாதாபாய் நெளரோஜி (துருவ்), படு க்ளாசாக வந்து இறங்குகிறான். தாதாபாய் நெளரோஜி என்ற பெயர் ஏன்? விடுதலைப் போராட்ட வீரரின் குடும்பம்தான். குறிப்பாக ஏன் தாதாபாய்? இந்திய தேசிய காங்கிரஸ் உருவாக்கியத்தில் இந்த 'க்ரேட் ஓல்டு மேன்'ன் பங்கு பெரியது. இவர் ஒரு 'பார்ஸி'. காந்-திக்கு பார்ஸி என்றால் பிரியம். வெளிநாடுகளில் இருந்தபோது தன்னையொரு பார்ஸியாக காட்டிக்கொள்ள பெரிதும் முயன்றதாய் 'சத்திய சோதனையில்' சொல்லியிருக்கிறார். மேலும் காந்தியின் சுயராஜ்ய, சுதேசிய எண்ணங்களின் ஊற்று இந்தத் தாதாபாய் தான். ஒருவேளை அதற்காகவும் இருக்கலாம், இல்லை இந்த ஒப்பீடு படுமட்டமாகவும் இருக்கலாம். நேயர் விருப்பம்! ஆனால் தாதாபாய் இங்கு வழி காட்ட வரவில்லை, கோட்சே வடிவில் பழி தீர்க்க வந்திருக்கிறார்.

காந்தியின் மகோன்னதத்தை காந்தி மஹானாக வரும் விக்ரம் வாழ்ந்து காட்டியிருப்பது அவரின் நடிப்பின் உச்சம். தேசம் தூண்டாடப்பட்டு, அஹிம்சைத் தத்துவமே தன் தலையில் துண்டுப்போட்டுக் கொண்டு அல்லோலப்படும் போது, பாக்கிஸ்தான்மேல் பரிவு காட்டினால் இந்து விரோதி என்றும்; இந்தியா மேல் பரிவு காட்டினால் இஸ்லாமிய விரோதி என்றும் பலவாறாய் தூற்றப்பட்டு, முடிவெடுக்க முடியாத விரக்தியின் விழும்பில் உண்ணாவிரதம் மேற்கொண்டு துயரப்படும் காந்தியை, ஒரே காட்சியில் படம்பிடிக்கிறார் இயக்குநர்.

அதற்குமுன் ஃப்ளாஷ்பேக் அறிவது உத்தமம். எஸ்.ராமகிருஷ்ணன் எழுதிய 'காற்றில் யாரோ நடக்கிறார்கள்' புத்தகத்தில் 'காந்தியின் கடிகாரம்' கட்டுரைப் படித்தவர்களுக்கு மட்-டுமே இது மிகநன்றாய் புரியுமென நினைக்கிறேன். காந்தியைக் கொல்வதற்கென்றே கோட்சே பல நாட்களாய் திட்டமிடுகிறான். தன்னை ஆயுத்தப்படுத்துகிறான். அதற்கான உடல்பலமும் மனபலமும் ஆர்.எஸ்.எஸ் ஊட்டிவிடுகிறது. அதேபோல சிம்ரனும் (மஹானின் மனைவி) அவர் தகப்பனாரும் 'தாதா'வின் பால்யத்திலிருந்தே மஹான் மீதான குற்றச்சாட்டுக்களை வீசி வீசி - அவன் மனதைத் திடப்படுத்தி இருக்கிறார்கள்.

தந்தைதான், அவர்செய்தது சிறு தவறுதான். அதற்கு கொலை செய்தலும் தகும். அவரையா? காந்தி மஹானையா? விக்ரமையா? இல்லை. அவர் பிடித்துத் தொங்கும் தத்து-வத்தை. காந்தி மகானுக்கு சாராயத் தத்துவம் என்றால்; மோகன்தாஸ் காந்திக்கு அஹிம்சை தத்துவம். துருவ் செய்ததும் தத்துவ அழிப்பு. கோட்சே செய்ததும் தத்துவ அழிப்பு.

இத்தனை அரிதாரமும் பூசிக் கொண்ட திரைக்கதை, சோடிக்காமல் மேலும் நகர்கிறது.

"மஹரானின் வளர்ப்பு மகனை கொல்ல வருகிறான் பெற்ற மகன். (இசுலாமி-யர்கள் வளர்ப்பு மகன் என்றும், பெற்ற மகன் இந்துக்கள் என்றும் கொள்க.) தன் வளர்ப்பு மகனைக் காப்பாற்ற பெற்ற மகனிடம் சரணாகதியடைந்து அழுது தீர்க்கிறார் மஹரான். இரக்கம் காட்டவே இல்லை அவன். தன் நாட்டிற்குள் (படத்தில் ஒரு பில்டிங்) வந்த வளர்ப்பு மகனை, மஹரான் பெற்ற மகன் சுட்டுக் கொல்கிறான். மஹரானால் வெறுமனே வேடிக்கைதான் பார்க்க முடிகிறது."

இதன் இறுதி அத்தியாயம் என்ன? நமக்கும் மூளைச் சுத்துகிறது. பெற்ற மகனைக் காப்-பாற்றுவதாய் சில காட்சிகள் நகர்கின்றன. அதுவும் பொய்யென்று துருத்திக் கொண்டிருக்கும் சில வசனங்களில் வெளிப்படுகிறது. "பையன்'னு பாசம்-லாம் இல்ல. போட்டுத்தள்ளிருவேன். ஏதோ ஒண்ணு தடுக்குது." மஹரான் அழிக்க நினைத்தது ஆர்.எஸ்.எஸ். போன்றதொரு தத்துவத் தொட்டியைதான், அதன் கணைகளை அல்ல. ஏற்கும்படியான நியாயங்களோடு ஞானத்தை கொல்ல மஹரான் விக்ரம் கிளம்புகிறார்.

திரைக்கதையாடலில் சுவாரஸ்யங்கள் ஏற்ற சிற்சில காட்சிகள் நகர்கின்றன. மீண்டும் கதை தொடங்கிய அதே இடத்தில் விக்ரம் அமர்ந்திருக்க துருவ் வருகிறான். அங்குதான் 'மஹரான்' வெளிப்படுகிறார். சத்தியவானை கொல்லவைத்தது தன் திட்டமென்று வெளிப்-டுத்திய துருவ்'ன் கண்ணில் தத்தவ அழிப்பு வெறியை மஹரான் காண்கிறான். ஆம் காந்-திக்கு அஹிம்சை மாதிரி; மஹரானுக்கு சாராய மாதிரி, முன்சொன்ன அதே தத்துவ அழிப்பு!

இந்தமுறை கோட்சேவின் துப்பாக்கி காந்தியைச் சுடவில்லை, மதப் பயங்கரவாதிகளின் கூடாரத்தை சுட்டிருக்கிறது. துருவ்'ன் துப்பாக்கி ஞானத்தைக் கொன்று; கோட்சேவின் துப்-பாக்கி ஆர்.எஸ்.எஸை கொல்வதாய் படம் நிறைவடைகிறது. உண்மையில் இரண்டையும் சுட்டவர் காந்தி. இறுதியில் ஆச்சாரமான துருவ் சாராயத்தை அருந்துகிறான். சாராயம் என்றால் சாராயம் அல்ல, மஹரான் விதைத்த தத்துவத்தை. அதனால்தான் அவர் மஹரான்!

சுப்பராஜ் மீண்டும் நினைவு படுத்தலாம், "தவறுகள் செய்ய அனுமதிக்காத சுதந்திரம் சுதந்திரமே அல்ல." தனக்கென்று ஒரு தத்துவம் வரையறுத்துக் கொண்டு, அதன்வழிபடி யாரையும் துன்புறுத்தாமல் வாழ எல்லோருக்கும் சம உரிமையைக் கொடுப்பதுதான் சுதந்தி-ரமே அன்றி, ஏதோ ஒரு தத்துவத்தின் வழி சுதந்திரம் பெற்றதால், அத்தத்துவமே சுதந்திரம் என்றழைவது அல்ல. மஹரான் படமல்ல. பாடம். காந்தியவாதப் பாடம். தத்துவவியல் பாடம்.

Insert: Enna_enna_solraan_paarunga-at-the-end.jpeg

11

சம்ஸ்கிருத ஆர்வலர் ஆர்.நாகசாமியை நினைவு கூறுவோம்

புகழ்ப்பெற்ற தொல்லியல் ஆய்வாளரான ஆர்.நாகசாமியின் முடிபுகள், தொடர்ச்சியாக தமிழ்க் கலாச்சாரத்தின் மீது சம்ஸ்கிருத போர்வையை வீசி வந்தன. இவரின் மேட்டுக்குடி சார் ஆய்வுகள் தமிழ் அறிஞர்களின் எதிர்ப்பை சம்பாதித்ததோடு, பல சர்ச்சைகளிலும் சிக்-கவைத்தது.

கல்வெட்டு அறிஞர், தொல்லியல் ஆய்வாளர், சோழர் கால வெண்கலச் சிலைகளின் மீட்பர் என பன்முகம் கொண்ட ஆர்.நாகசாமி, சென்னையில் உள்ள அவர் இல்லத்தில் ஜனவரி 23-ம் தேதி இயற்கை எய்தினார். 91 ஆண்டுகள் வாழ்ந்த மனிதர், கிழக்கும் மேற்-குமாய் வாழ்ந்து திரிந்து பல சாதனைகளோடு சர்ச்சைகளும் சம்பாதித்திருக்கிறார்.

அப்போது அவருக்கு 70 வயது இருக்கும். சென்னையில் உள்ள அவர் இல்லத்தில்தான் முதன்முறையாகப் பார்த்தேன். ஹைதராபாத் பல்கலைக்கழகத்தில் ஆய்வியல் நிறைஞர் பட்-டம் படித்த வந்த எனக்கு (2004), தமிழ் பிராமி எழுத்துக்கள் கற்பதற்கும் இடைக்கால கல்வெட்டுக்கள் படிப்பதற்கும் அவரின் அறிமுகம் ஏதுவாய் இருந்தது. சங்க இலக்கியத்தில் நான் மேற்கொண்டு வந்த ஆய்விலிருந்து எங்கள் பேச்சு தொடங்கியது.

ஒரு மாத-காலம் இருக்கும். ஒரு நாள் விடாமல் அவரைச் சந்தித்தேன். தமிழ் பிராமி எழுத்துக்களையும், கல்வெட்டுக்களையும் மிகப் பொறுமையாய் சொல்லிக் கொடுத்தார். எழுத்துக்களை அடையாளம் காண்பதற்கு, நிறைய வீட்டுப்பாடங்கள் கொடுத்து, மறுநாள் வகுப்புக்கு வந்ததும், தன் சிலேட்டில் வார்த்தைகளையும் எழுத்துக்களையும் புதிது புதிதாக எழுதி புதிர் போடுவார். அவரின் அன்றாட பாடவேளைக்கு மத்தியில், இடைக்கால சோழர் மெய்க்கீர்த்திகளை முழுவதுமாய் மனப்பாடம் செய்யச்சொல்லி வற்புறுத்துவது சற்று அந்நிய-மாய் இருந்தது.

நெடிய மெய்க்கீர்த்திகளை மனப்பாடம் செய்வதற்கு, எதாவது ஒரு பகுத்தறிவான காரணம் சொல்லுங்கள் எனக் கேட்டபோது, "கள ஆய்வில் கல்வெட்டுகளை படியெடுத்து படிக்கும்போது கோயில் சுவற்றிலோ பாறை முகட்டிலோ எங்காவது இந்த மெய்க்கீர்த்தியின் சிறு சிறு வசனங்கள் கைக்கொடுக்கும்" என்றார். இவரின் பயிற்றுவிப்பில் இதுவும் ஒரு அங்கமென புரிந்துகொள்ள முடிந்தது. மேலும் தமிழகத் தொல்லியல் துறையின் இயக்குநராய் இருந்தபோது, அங்குமிந்த பரிட்சையை பரிசோதித்திருப்பார் என ஊகித்துக் கொண்டேன்.

அன்றிலிருந்து அவரை நெருக்கமாய் கவனித்தேன். மார்பிலும் நெற்றியிலும் விபூதி பூசிக்கொண்டு, வேட்டி அணிந்தபடி வீட்டின் முற்றத்தில் அமர்ந்திருக்கும் அவர் கையில் எப்போதும் ஒரு வரலாற்று புத்தகமோ, கல்வெட்டியல் புத்தகமோ இருக்கும். ஒரு நாள் நினைவிருக்கிறது. பாடம் சம்பந்தப்பட்டு அண்மையில் படித்த சில புத்தகங்களைப் பற்றி உரையாடிக் கொண்டிருந்தேன். குறிப்பாக இடைக்காலத் தென்னிந்தியா குறித்து பூர்டன் ஸ்டெயின், நொபொரு கராஷிமா, சுப்பராயலு, செம்பகலக்ஷ்மியின் எழுத்துக்களை மேற்கோளிட்டப்படி உரையாடல் நீண்டது. பேச்சு வாக்கில், கே.ஏ நீலகண்ட சாஸ்திரி போன்ற தொடக்கக் கால வரலாற்றாளர்கள் வெறுமனே அரசியல் வரலாற்றை மையப்படுத்திவிட்டு, சமூகப் பொருளாதார மாற்றங்களை ஓரங்கட்டிவிட்டனர் என சொல்லிவிட்டேன். இதை அவர் தணிக்க முடியாதவராய், முதல் தளத்திற்கு விரைந்து ஓடினார்.

தன் புத்தக அலமாரியில் இருந்து, நீலகண்ட சாஸ்திரி எழுதிய சோழர் வரலாற்றின் இரண்டு தொகுப்புகளையும் எடுத்து வந்தார். என் கண்ணில் படும்படி மேசையில் வைத்துவிட்டு, "இதை எல்லாம் கவனமாகப் படித்தாயா?" என்றார். திடீரென ஒரு பக்கத்தைப் புரட்டி, அதிலிருந்த சோழர் வரிவிதிப்பு முறைமையை சத்தமாக வாசித்தார். என்னால் புரிந்துகொள்ள முடிந்தது.

தென்னிந்தியாவின் ஆரம்ப, இடைக்கால, மத்திய காலங்களைப் பற்றி புதுப் புதுக் கேள்விகளைக் கேட்கும் புதிய வரலாற்றியல் நெறிமுறையில், நீண்டகாலமாய் கைவிடப்பட்ட ஓர் வரலாற்றியல் நெறிமுறையோடு அவர் தன்னைத் தொடர்பு படுத்திக் கொள்ள விரும்பினார்.

மற்றொரு முறை இடைக்காலத்திய கல்வெட்டு ஒன்றைப் படித்துக் கொண்டிருந்தபோது, "கல்வெட்டில் உள்ள சடங்கு சம்பந்தமான சமாச்சாரங்களை தர்மசாஸ்திரம் துணை இல்லாமல் படிக்க முடியாது" என வாதிட்டார். கல்வெட்டு, இலக்கியம், இலக்கணச் சுவடி, நாணயம் என தான் பார்க்கும் எல்லா தொல்லியல் படிமங்களிலும் தமிழ் மற்றும் சம்ஸ்கிருத மூலங்களுக்கு இடையே அவர்தன் உலகில் வசதியாகப் பயணிப்பதை நான் கண்டேன். எங்களின் பெரும்பாலான உரையாடலில், தமிழ் மொழிமீது சம்ஸ்கிருதத்தின் தாக்கம் பற்றியும் - முற்காலத்திலிருந்தே அவை இரண்டும் பிரிக்கமுடியாத தன்மைப் பொருந்தியன என்றும் பெருமைக் கொள்ளப் பேசுவார். தமிழைவிட பிராமணியத்தின் சம்ஸ்கிருத மொழியை முன்னிலைப்படுத்துவதால், தமிழறிஞர்களின் கண்டனத்திற்கு உள்ளான நாகசாமி - ஏகோபித்த சர்ச்சைகளுக்கும் ஆட்பட்டிருக்கிறார்.

நீண்ட காலத்திற்குப் பிறகு, எனது M.Phil-ல் ஆய்வேட்டை சமர்பித்த தருவாயில் அவருக்கு ஒரு கடிதம் எழுதினேன். சங்க இலக்கியங்களின் காலவகைப்பாட்டில் அவர் கொண்டிருந்த வியூகம் பற்றியும், அவ்விலக்கியத் தொகுப்பின் பன்முக அடுக்குகளை அலசி

ஆராய்ந்து - சொல்லாராய்ச்சி அடிப்படையில்; உள்ளடக்கம் அடிப்படையில் தற்காலிகமாய் அதன் பாடற்றிரட்டுகளை பகுக்க வேண்டியதன் அவசியத்தையும் விரிவாக எழுதியிருந்-தேன். கமில் சுவெலபில், ஜார்ஜ் ஹார்ட், ஏ.கே.ராமானுஜம் எழுத்துக்களை சான்றுகாட்டியும் அவர் ஒப்புக்கொள்ள மறுத்துவிட்டார். சாஸ்திரி கையாண்டது போல, ஆசிரியர் - மையப்-பட்ட வழக்கமான காலப்பகுப்பையே அவர் விரும்புகிறார்.

பிராமணிய கருத்தில் வேரூன்றி, தன் வாசிப்பிலும் - விளக்கத்திலும் சம்ஸ்கிருதப் பண்பாட்டை வலியுறுத்தி வரும் நாகசாமியின் அணுகுமுறை மரபுவழியிலான ஆச்சாரியக் கொள்கையை ஒத்ததாக இருக்கிறது. இதில் துளி சந்தேகம் இல்லை. திருக்குறள் போன்ற சங்கம் மருவியகால இலக்கியமாக இருந்தாலும் சரி, கம்பராமாயணம் போன்ற இடைக்கால இலக்கியமாக இருந்தாலும் சரி, நாகசாமியைப் பொருத்தவரை இவையெல்லாம் பிராமணியப் பண்பாட்டின் மொழிமாற்று வடிவங்கள் அவ்வளவுதான்.

"Those who are not well versed in Tamil and who have a great desire to study Tirukkural, need not worry. If you read what is in your Dharma sastra in your own language or in Sanskrit, you have read the Tamil Tirukkural as it contains the same concept".

(திருக்குறளைப் படிக்க ஆசை இருந்தாலும் தமிழில் புலமை இல்லாதோர் வருத்தப்ப-டேல். உங்கள் தர்ம சாஸ்திரத்தை உங்கள் மொழியிலோ சமஸ்கிருதத்திலோ படித்தீர்களே-யானால் அவற்றின் கருத்தியலே திருக்குறளில் இருக்கிறது).

Source : Tirukkural - An Abridgement of Vedas (தர்ம சாஸ்திரங்களின் எளிமையாக்கம் - திருக்குறள்) ஆசிரியர் : பத்மபூஷன் டாக்டர். ஆர். நாகசாமி.

முற்கால தமிழக வரலாற்றில் வேத நாகரிகத்தின் செல்வாக்கு மிகுந்தியாய் இருக்கிறதென விஷமத்தனமாய் ஒரு கருத்தை வலியுறுத்தி இருக்கிறார். இலக்கிய முரண்பாடுகளைச் சான்-றுகாட்டி, திராவிட நிலப்பரப்பு எனும் கொள்கையையே சோற்றில் மறைக்கப் பார்க்கிறார். பூலாங்குறிச்சியில் உள்ள முற்கால கல்வெட்டு குறித்து அவர் எழுதிய ஆய்வுக்கட்டுரை 1980-களின் தொடக்கத்தில் வெளியானது. அதில் பிராமணர்களுக்கு கொடையளிக்கப்பட்ட மிகத் தொன்மையான நிலப்பரப்பு என கி.பி.3-ம் நூற்றாண்டு வரை பின்னோக்கி செல்கிறார். 'தமிழ்நாட்டின் தலைசிறந்த கல்வெட்டியல் கண்டுபிடிப்பு' என அவர் தலைப்பிட்டிருக்கும் தந்திரமே, பிராமணிய பண்பாட்டை பண்டையத் தமிழ்ச் சமூகத்தோடு ஒன்றிணைத்துவிட வேண்டுமென்ற அவர் அரிப்பு தென்பட போதுமானதாகிறது.

அவர் வெளியீடுகளில் உள்ள இந்த விஷமத்தனம், நான் பேசிப் பழகிய உரையாடல்க-ளில் மிகத் தெளிவாய் தென்பட்டது. அனைத்திந்திய, தமிழ்ச் சமூக வரலாற்றை பிராமணிய விளக்கங்களால் அவர் அவதானிக்க விரும்பினார்.

நாகசாமியின் மரணத்திற்கு இந்துத்துவ கும்பல் உள்ளடங்கிய பிரதமர் நரேந்திர மோடி-யின் இரங்கல் வாசகம், பிராமணிய சாதிக் குணத்தை அப்பட்டமாய் வெளிப்படுத்துகிறது. இந்திய வரலாற்றையும் அதன் பாரம்பரியத்தையும் பிராமண சம்ஸ்கிருத வாசிப்புக் களமாய் அமைக்க மன்றாடி நிற்கும் குரல்கள் நம் காதில் கேட்கின்றன. திராவிடக் கட்சித் தலை-மையிலான தமிழ்நாட்டில், திராவிட முன்னேற்ற கழகத்தின் தலைவர்களாலும் ஆதரவாளர்-களாலும் தமிழ்த் தூய்மைக்கான பெரும் முட்டுக்கட்டையாய் நாகசாமி விளங்கினார். தமிழ்

இலக்கியத்திலும் தமிழக வரலாற்றிலும் பிராமணிய வேத கலாச்சாரத்தை தொடர்ந்து திணிப்-பவராய், இவரை அடையாளம் காண்கிறார்கள்.

ஆனால் ரவிக்குமார் இதற்கொரு விதிவிலக்கு. விடுதலைச் சிறுத்தைகள் கட்சியின் ஆஸ்தான பாராளுமன்ற உறுப்பினரும், பிரபல எழுத்தாளருமான இவர் நாகசாமிக்கு பரிவு காட்டியிருக்கிறார். அவரின் சம்ஸ்கிருத முதனிலைப்பாட்டை ஒரங்கட்டியவராய் டிவிட்டரில் இரங்கல் பதிவிட்ட கையோடு, 'தமிழ்நாட்டின் ஒவ்வொரு மாவட்டத்து கல்வெட்டையும் மிகச் சிரத்தையோடு இவர் படியெடுத்துள்ளார். கோவை செம்மொழி மாநாட்டில் டச்சு இந்திய-வியலாளர் ஹெர்மன் டைகன் வாசித்தளித்த கட்டுரை ஒன்றில் - சங்க இலக்கியத்தின் காலதாமதத்தை எதிர்கொள்வதில் நாகசாமி மேற்கொண்ட நேர்மையான முயற்சிகளைச் சுட்-டிக்காட்டினார்' என வாதிட்டுள்ளார். எனவே மறைந்த தொல்லியல் ஆய்வாளரின் இறுதிச் சடங்கை அரசு மரியாதையோடு ஏற்று நடத்த முதல்வர் மு.க. ஸ்டாலினிடம் வேண்டுகோள் விடுத்துள்ளார்.

நாகசாமியின் ஒட்டுமொத்த வாழ்க்கையைக் வெளிக்கொணரும் போது, அவரின் பங்க-ளிப்பை மட்டும் பறைசாற்றாமல், தமிழ்க் கலாச்சாரத்தின் மீதும் தமிழக வரலாற்றின மீதும் வேத சாயம் பூச வந்த கதையும் சொல்லப்பட வேண்டும். அதனால்தான் பிராமணிய மேலா-திக்கத்திற்கு எதிரான வரலாற்று போக்கிற்கும் - சிந்தனை மரபிற்கும் - பிற தத்துவங்களின் இருப்பு குறித்தும் அவர் பெருத்த மௌனம் சாதித்தார்.

என் வகுப்பு மாணவர்களிடம் நான் அடிக்கடிச் சொல்வது உண்டு. வேதத்திற்கு எதிராய் குரல்கொடுப்பதும் என்பது இந்திய நாகரிகத்தில் வேதத்தைப் போன்றே பழமையானது. ஒன்றை நினைவு கூர்வது பூர்வ பொருத்தமாய் இருக்கும். நாகசாமி, தமிழகத் தொல்லியல் துறையின் தலைவராய் பொறுப்பேற்றுக்கொண்டு, கல்வெட்டுச் சான்றுகளை ஆழ வாசித்து - ஆவணப்படுத்தி, வேத நாகரிகத்தை தமிழ்ச் சூழலோடு கிடத்துவிட முயன்றபோது - தென் தமிழகத்தில் மற்றொரு ஆய்வாளர் புறப்பட்டார். நா.வா எனச் ஆசையாய் அழைக்கும் நாராயணன் வானமாமலை, இடதுசாரி சிந்தனைகளால் ஈர்க்கப்பட்டவர். நட்டார் பாடல்க-ளையும் - வாய்மொழி இலக்கியங்களையும் தெருதோறும் தேடி அலைந்து, அதிகாரத்தை அசைத்துப் பார்க்கும் வரலாற்று கலாச்சாரத்தை ஆவணப்படுத்தினார்.

ஈ.எச்.கார் தன் புகழ்பெற்ற, 'வரலாறு என்றால் என்ன?' நூலில் பதிவு செய்வது போல 'வரலாறு ஒரு விளக்கமாக இருப்பின்' அதில் நாகசாமியின் கருத்து முழுமுடிவானது அல்ல எனக் கொள்வோம்.

Written by Rajesh Venkatasubramanian. He is the author of Manuscripts, Memory and History: Classical Tamil Literature in Colonial India and teaches history at the Department of Humanities and Social Sciences, IISER Mohali. Officially released in The Wire Website.

Translated By IsKra for Yavvanam.in

12

மனம் நிறைந்த ஜென்னி..

மான்செஸ்டர், ஜூன் 21, 1865.

மனம் நிறைந்த ஜென்னி, நான் தனிமையில் வாடுவதால் உனக்கு மீண்டும் எழுதுகிறேன். உன்னோடு பேசுவது எப்போதும் தொல்லை தருவதாகவே இருக்கிறது. இதைப் பற்றி ஒரு புரிதல் இல்லாமலும் - இதை விளக்கமுடியாமலும் - என்னால் விளங்கிக் கொள்ள முடி-யாமலும் மீண்டும் உனக்கே எழுதுகிறேன். ஒரு நொடிப் பிரிவும் மிக முக்கியமானது. சில பொழுதுகள் பிரிவுகள் இல்லாமல் விடிவதால்தான் அசலுக்கும் போலிக்கும் வேறுபாடு தெரி-யாமல் குழப்பிவிடுகிறேன். தூரவெளியில் நின்று பார்த்தால் கோபுரம் கூட கட்டைவிரலுக்-குள் அடங்கிவிடும்.

நெருங்கிச் சென்று தொட்டுப் பார்த்தால் துரும்பும் தூரவானம் அளவுக்கு நீளும். ஜென்னி, உடலை வருத்தும் சிறு செய்கைக் கூட அதன் மீதான பார்வை மாறும்போது ரணங்கள் குறைக்கிறது. தூரத்தின் காரணமாய் சிறிய வடிவங்கொள்ளும் பூதாகர வலிகள் - அரு-காமையின் தந்திரம் தடைப்பட்டு பெரும் வலியாய் உருப்பெறுகின்றன. கிட்டத்தட்ட என் காதலும் அப்படித்தான். வெறும் கனவில் மட்டுந்தான் என்னால் உன்னை இழக்கமுடியும் ஜென்னி. எனக்கு நன்றாகத் தெரியும், இந்தச் சூரியனும் மழையும் சதா தாவரங்களை வளர்க்கத்தானே நம் காலத்தை கடத்தி வருகின்றன.

நீ இல்லாத தருணத்திலா, உன் மீதான காதலை நான் உணரவேண்டும்? என் ஓட்டு-மொத்த ஆன்ம சக்தியின் அணுத்திரளாய் - என் ஒருங்குப்பட்ட இருதயத்தின் ஒலிக்குறிப்-பாய் நீ ஒளிந்திருக்கும் இக்காதலை இப்போதே உணர்த்த வேண்டுமா என்ன? இந்தக் காதல் என்னை மீண்டும் மனிதனாக உணர்த்துகிறது, ஜென்னி. ஏன் சொல்கிறேன் என்றால் இந்தத் தீராத வேட்கை - பன்முகத்தன்மை - நவீனக் கல்வி - எதிலும் குற்றங் குறை சொல்-லும் நவீன கால முறைகள் இவையெல்லாம் மனிதனை மேலும் மேலும் சிறியவனாக்கி, பலவீனப்படுத்தி புலுங்கித்தவிக்கவே படைக்கப்பட்டுள்ளன. ஆனால் இந்தக் காதல் - எந்தக் காதல்? ஃப்யூவர்பாக் வகையறா மேல் கொண்ட காதலா? - இல்லை; சதை மேல் கொண்ட காதலா? - இல்லை; பாட்டாளி வர்க்கம் மேல் நான் கொண்ட காதலா? - இல்லை.

என் மனம் நிறைந்த உன்மேல் நான் கொண்ட முழுமுதலான காதல், என்னை மீண்டும் மீண்டும் மனிதனாக்குகிறது, ஜென்னி. இந்தப் பூமியில் ஏராளமான பெண்கள் இருக்கிறார்-

கள். சிலர் அதில் அபரிமிதமான அழகு. ஆனால் என் வாழ்வின் உன்னத நொடிகளை மீண்டும் பதியமிடும் அதே முகத்தை - அதே அம்சம் பொருந்திய சுருங்கிய கண்ணங்களை நான் எங்கு தேடி, எப்போது கண்டடைவேன்? என் தீராத வலிகளும் ஈடாகாத ரணங்களும் உன் முகத்தில்தானே முக்திபெறும். உன் சர்க்கரை முகத்தை முத்திமிடும் பொழுதே, என் மொத்த வேதனையும் சுக்குநூறாய் உடையாதா.. என் மனம் நிறைந்தவளே, போய் வருகி-றேன். உன்னையும் குழந்தைகளையும் பல ஆயிரம் முறை முத்தமிடுகிறேன்.

உன்,

கார்ல்.

13

புத்தர் பெண்களுக்கு எதிரானவரா?

பௌத்த சமயத்தில் பெண்கள் தீட்சை பெற முடியாது | பௌத்தத்தின்பால் பெண்களாகப் பிறந்ததால் மறு ஜென்மம் வரை காத்திருந்து ஆணாகப் பிறந்த பின்னரே துறவற நிலை அடைய முடியும் | பெண்களின் மேல் புத்தருக்கு அப்படி என்ன பொல்லாப்பு?

பௌத்த சமயம் மீது பொதுவாக வைக்கப்படும் குற்றச்சாட்டுகள் இவை. இந்தியாவின் தத்துவ ஞான மரபில் இந்த அளவே பௌத்தம் பேசப்பட்டுள்ளது. இந்தக் குற்றச்சாட்டுகளுள் பாதியே உண்மை.

துப்புரவு பணிப்பெண்ணான சுனிதாவின் சமயமாற்றம் - புறக்கணித்த பிரிவின்கண் சோபகா, சூப்பியாவின் சமயமாற்றம் - உரிமை மறுக்கப்பட்ட வகுப்பாருள் சுமங்கலாவின் சமய மாற்றம் - குஷ்டரோகி சுப்ரத்தாவின் சமய மாற்றம் போன்றவைகள் குற்றம் சாட்டு-வோர் வாசிக்க வேண்டும். புத்தர் தாமே உவந்து இக்குறிப்பிட்டோருக்கு போதனை வழங்கி சமய மாற்றம் செய்வித்துள்ளார். பௌத்தத்தின் பால் பிக்குணியாக சென்ற ராஜராஜன் சோழனின் மகள் மாதேவடிகளையும் உற்று நோக்க வேண்டும்.

அப்போ புத்தர் பெண்களுக்கு ஏதொரு தடையும் விதிக்க வில்லையா? இல்லை. ஆரம்-பத்தில் பெண்கள் பௌத்தத்தின் பால் பரிவ்ராஜகம் மேற்கொள்ள சிக்கல் இருந்தது.

அது பற்றியான விவாதம் ஒன்று புத்தரும் அவர் தம்மமும் என்ற நூலில் இடம்பெறுகி-றது.

சாக்கியப் பெண்களின் தலைவியாய் இருந்தவர் மஹாபிரஜாபதி கோதமி என்பவர். புத்-தரின் போதனைமீது கொண்ட ஈர்ப்பால், பெண்கள் பலரோடு கூடிவந்து, " அய்யன்மீர்! பெண்கள் பரிவ்ராஜகர்களாவதற்கு (துறவி) அனுமதிக்கப்பட்டு, ததாகதரால் போதிக்கப்படும் கொள்கை, நடைமுறை ஆகியவற்றின் கீழ் பௌத்த சங்கத்தில் இணைவார்களாயின் நல்லது" என்று புத்தரிடம் வேண்டினார்.

அதற்கு புத்தர், "போதும். ஓ! கோதமி! இது போன்ற எண்ணங்கள் தங்கள் மனத்தில் எழவிட வேண்டாம்" என்று மறுத்துவிட்டார். கோதமியும் விட்டபாடில்லை. இரண்டு முறை

கேட்டார். மூன்று முறை கேட்டார். புத்தரை பின்தொடர்ந்தே அவர் சென்றவிடமெல்லாம் நின்று நின்று மன்றாடிக் கேட்டார். புத்தர் மசியவில்லை.

அப்போது ஒருமுறை மஹாபிரஜாபதி கோதமி தம் முடியை வெட்டியெறிந்து விட்டு, ஆரஞ்சு நிற அங்கியணிந்து சாக்கிய வம்ச பெண்கள் பலருடன், அப்போது வைசாலியில் மகாவனத்திலுள்ள கூடாகாரபவனில் தங்கியிருந்த புத்தரை சந்திக்கப் பயணம் மேற்கொண்டார்.

தம் வீங்கிய கால்களோடு, புழுதி படிந்தவராக கூடாகார பவனுக்கு வந்தவர், புத்தரை நோக்கி மீண்டுமதே கேள்வியை எழுப்பினார். புத்தர் மீண்டும் மறுத்துவிட்டார்.

மீண்டும் அவர் மறுப்பை பெற்ற மஹாபிரஜாபதி, வாயிலுக்கு வெளியே யாது செய்வ-தென அறியாமல் நின்றிருந்தார். அவர் அவ்வாறு நிற்பதை, ஆனந்தர் அடையாளங் கண்டு காரணம் வினவினார். நடந்தை அறிந்ததும் புத்தரிடம் பேசச் சென்றார். (யான் அறிந்த-வரை தம்மத்தில் மிக முக்கியமான பாடமாக இது கருதத் தக்கது).

ஆனந்தர் : அய்யன்மீர்! மஹாபிரஜாபதி வெளியே வாயில் மண்டபத்தில், வீங்கிய கால்-களுடன், புழுதி படிந்து, வருத்தத்தோடும் வேதனையோடும், அழுதபடி, கண்ணீர்மல்க நிற்-பதைக் காணுங்கள் - ஏனெனில் உயர்வெய்திய புத்தர், அவர்களை, தம் இல்லம் துறந்து, துறவறம் ஏற்று, உயர்வெய்திய புத்தரால் போதிக்கப்பட்ட கொள்கைகளையும், நடைமுறைக-ளையும் ஏற்க அனுமதிக்கப்படவில்லை ஆதலால். அய்யன்மீர்! பெண்கள் தாம் விரும்பும்படி செயல்பட அனுமதி அளிக்கப்படுவது நல்லதன்றோ.”

“மகா பிரஜாபதி அவர்கள் உயர்வெத்திய புத்தருக்கு பெரும் உதவி புரிந்தவர்கள் என தம்மை நிரூபித்தவர்கள் அல்லவா - அவருடைய அன்னை இறந்த பின் அவருக்குத் தம் மார்பகங்களிலேயே பால் ஊட்டியவர் அல்லவா - பேரன்னையாய் செவிலித்தாயாய் இருந்த போது உயர்வெய்திய புத்தரை பாலூட்டி வளர்த்தவர் அல்லவா . எனவே அய்யன்மீர்! ததா-கர் பிரகடனப்படுத்துகிற கொள்கை, நடைமுறை ஆகியவற்றின் கீழ், இல்லற வாழ்விலிருந்து துறவற வாழ்வுக்கு மாறிச் செல்ல இந்தப் பெண்டிர்க்கு அனுமதி அளிப்பதே நல்லது.

புத்தர் : “ போதும் ஆனந்தரே! தயவுசெய்து பெண்கள் அவ்வாறு செய்ய அனுமதிக்-கப்பட வேண்டாம்” (இரண்டு மூன்று முறை ஆனந்தர் அதே வேண்டுகோளை - அதே சொற்களில் விடுத்து அதே பதிலை பெற்றார்)

ஆனந்தர் : “அய்யன்மீர்! பெண்கள் பரிவ்ராஜம் ஏற்பதை தாங்கள் மறுப்பதற்கு அடிப்-படையாய் இருப்பது எது? சூத்திரர்களும் பெண்களும் மோட்சம் அடைய முடியாது ஏனெனில் அவர்கள் தூய்மை அற்றவர்கள் தாழ்வானவர்கள் என பிராமணர்கள் கருதுவதை அயன்மீர் நன்கு அறிவீர்கள். எனவே அவர்கள் சூத்திரர்களையும் பெண்களையும் பரிவ்ராஜம் ஏற்க அனுமதிப்பதில்லை. பிராமணர்கள் போல் அதே கருத்துடையவராய் உள்ளாரா, உயர்வெய்-திய புத்தர்?”

“உயர்வெதிய புத்தர் பிராமணர்களுக்கு செய்வது போலவே, சூத்திரர்களையும் பரிவ்ராஜம் ஏற்கவும் சங்கத்தில் சேரவும் அனுமதி அளிக்கிறீர்கள் அல்லவா? அய்யன்மீர்! பெண்களை வேறுபாடாய் நடத்த அடிப்படை காரணம் யாது?. உயர்வெய்திய புத்தரால் பிரகடனப்படுத்-தப்பட்ட கொள்கைகள், நடைமுறைகள் ஆகியவற்றின் கீழ் நிப்பானம் (நிர்வாணம்) அடைய

பெண்களுக்கு ஆற்றல் இல்லை என உயர்வு இதை புத்தர் கருதுகிறீர்களா"

புத்தர் : "ஆனந்தா! என்னைத் தவறாக புரிந்து கொள்ளாதீர்! நிப்பானம் அடைவதில் பெண்களுக்கு, ஆண்களுக்கு உள்ளது போன்றே ஆற்றல் உண்டு என்று நான் கருதுகிறேன். இந்த சிக்கல் பால்வேறுபாட்டை அடிப்படையாகக் கொண்டதல்ல - அது நடைமுறையை அடிப்படையாகக் கொண்டது."

ஆண்கள் போல முற்றும் துறந்தவர்களாக நிர்வாண கதியெய்த பெண்களுக்கு சர்வ சக்-தியும் இருக்கிறது. ஆனால் அதை சகித்துக் கொள்ள பெண்களுக்கு இருப்பதைப் போன்ற மனத்திட்பம் ஆண்களுக்கு இல்லை. உடலமைப்பின்படி பார்த்தால் பெண்கள் ஆண்களை-விட வலிமை குன்றியிருப்பது மேலுமிதை நடைமுறைப்படுத்தும் சிக்கல் வலுக்கிறது.

மனநலம் பாதிக்கப்பட்ட ஆணொருவர் கிழிந்த உடையோடு சாலையோரத்தில் தன் அங்கம் தெரியும்படி படுத்திருத்தலில் பயம் இல்லை. அதே நிலையில் பெண்ணொருவர் படித்திருப்பதில்தான் கற்பு, காவல், பாலியல் அத்துமீறலென சர்வமும் இருக்கிறது.

தான் ஒரு ஆண் என்பதாலேயே ஆணின் பார்வையிலேயே புத்தரின் ஞான மார்க்கம் அமைந்தது வியப்பல்ல. சரியான பாதையில் தான் பயனிப்பதாக உணர்ந்த புத்தருக்கு முதல் பிசகல் பெண்களின் பரிவ்ராஜம் பற்றி பேசுகையில்தான் எழுந்தது. ஆனாலதை அப்படியே புத்தர் விட்டுவிட வில்லை.

ஆனந்தர் : " அய்யன்மீர்! உண்மை காரணத்தை அறிந்து நான் மகிழ்கிறேன். நடை-முறை சிக்கல்கள் காரணமாக அவருடைய வேண்டுகோளை மறுக்கத்தான் வேண்டுமா? இத்தகைய நடவடிக்கை தர்மத்திற்கு இகழ்வையேற்படுத்தி, அது பால்வேறுபாட்டை கருது-கின்றது என குற்றம்சாட்டப் படுவதற்கு இடமளித்து விடாதா? புத்தர் கவலையுறும் அத்-தகைய நடைமுறை சிக்கல்களை வெல்ல தக்கவாறு சில விதிமுறைகளை கண்டளிக்கலா-காதா அய்யன்மீர்?"

(சிறிது யோசனைக்குப் பிறகு) புத்தர் : "நல்லது ஆனந்தரே! பெண்கள் என்னால் பிரக-டனப் படுத்தப் படும் கொள்கைகள், நடைமுறைகளின் கீழ் பரிவ்ராஜம் ஏற்க அனுமதிக்கப்பட வேண்டும் என மகாபிரஜாபதி வற்புறுத்துவார்களாயின் அதற்கு நான் ஒப்புதல் அளிக்கிறேன். எட்டுத் தலையாய விதிகளை செயற்படுத்தும் பொறுப்பை மஹாபிரஜாபதி கோதமியவர்கள் தமக்குத்தாமே ஏற்றுக் கொள்வாராக. அதுவே அவர்களுடைய உள்நுழைவாகும்." என்று இறுதியில் புத்தர் தலை அசைக்கிறார்.

பௌத்தம் - சமூக எண்ணவோட்டத்தில் மலர்ந்த சமயம். அதனால்தான் சாதாரண மனி-தனால் தொடங்கப்பட்டாலும் - சர்வ உலகமும் சென்றடைந்தது. தன் முன் ஒரு பெண் நிர்வாணமாக நின்றாலும் சற்றும் சஞ்சலப்பட மாட்டேன் என்று வாய்ச்சவடால் அடித்துக் கொண்டு பல்வேறு பெண்களுடன் கூடிக் களித்த அந்தக் காலத்து வைதீக சமயவாதிகள் போலொல்லாமல் - சமூகத்துடன் ஒன்றிப் பார்த்தார்.

நான் ஒருவன் புத்தனாய் இருந்தால் போதுமா? - இந்த சமூகம் புத்தனாகத வரை பெண்கள் நிர்வாணம் அடைவதால் ஆணக்குத்தான் இலாபமென அத்தனை துல்லியமாய் கணக்கிட்டார். அதற்கென்று பௌத்த மார்க்கத்தையும் சற்றே மாற்றிக்கொண்டார். மஹா பிரஜாபதி அழைத்துவந்த பெண்கூட்டத்தாருள், புத்தரின் மனைவி யசோதராவும் அடக்கம்.

சங்கமுறைமை ஏற்புக்குப் பின் அவர் பத்தா கச்சானா என அறியப்பட்டார்.

இத்தனையும் கடந்ததால்தான் அவர் புத்தர்.

சங்கமுறைமை ஏற்புக்குப் பின் அவர் பத்தா கச்சானா என அறியப்பட்டார்.

இத்தனையும் கடந்ததால்தான் அவர் புத்தர்.

14

பொற்காலப் புரட்டுகள்

பொற்காலம்.

எத்தனை அபத்தமான வார்த்தை இது. பொற்காலம் என்ற ஒன்று உண்மையிலேயே உண்டா? அப்படியிருப்பின் அது எப்படி கணக்கிடப்படுகிறது? ஒத்த கொள்கை உள்ள ஒரு சிலருக்கு பொற்காலமாய் திகழும் ஒரு காலம், மாற்று சித்தாந்தம் உடைய மற்றவருக்கு எப்-படி நல்வினை புரியும் நற்காலமாகும்?

ஆக பொற்காலங்கள் பற்றி நாம் படித்து வருவதும் - சிந்தித்து வருவதும் ஏகபோகமான நடுநிலை சாராத புரட்டுப் புராணங்களைத் தானா? 'பொற்காலம் என்ற ஒன்று இல்லவே இல்லை. எல்லா காலங்களிலும் எல்லாமும் இருந்திருக்கின்றன' என்ற டி.டி. கோசாம்பியின் வார்த்தையில்தான் எத்தனை உண்மை இருக்கிறது! வரலாற்றின் சமவெளியில் சமயத்தோடு ஒட்டிய பொற்காலப் பார்வைகளை சற்றே இப்பதிவின்வழி தரிசனம் செய்வோம்.

இறைவன் இருப்பு பற்றிய அனைத்துச் சமயக் கோட்பாடுகளும் அதீத கேள்விகளுக்குப் பிறகு முட்டுச்சந்தில் வந்து நிற்பது இன்று - நேற்று கதை அல்ல. யூத மண்ணிலிருந்து கிறிஸ்தவம் புறப்படும் முன்னர்வரை, "இயேசு என்றழைக்கப்பட்ட ஜோஸ்வா சாதாரண மனி-தராகத்தான் இருந்தார்." 19,20-ம் நூற்றாண்டு மேற்கத்திய தத்துவ ஞானிகள் கூட இயே-சுவை ஒரு மகாபுருஷராகவே ஏற்றுக் கொள்கிறார்கள். மிதமிஞ்சிய மதபோதகர்களே இயே-சுவை அசாத்திய பிம்பமாக உருவேற்றியுள்ளனர்.

டேன் பிரவுன் எழுதிய 'தி டேவின்சி கோட்' புதினம் இந்த மறைமுக அரசியலை வெட்-டவெளிக்கு கொண்டுவந்தது.

இயேசு பிறந்த 500 ஆண்டுகளுக்குப் பின், அதே புவியியல் பின்னணியில் நபிகள் தோன்றினார். அவரை இன்றளவும் இறைவனாக எண்ணாமல், இறைத் தூதராகவே இஸ்-லாமியர்கள் கருதி வருகின்றனர். மேற்சொன்ன இருவரும் மத்தியக் கிழக்கு நாட்டின் போர் நிறைந்த - இரத்தம் சிந்திய - கொடுங்கோன்மை நிரம்பிய காலவெளியில் தோன்றியமை அவர்தம் வரலாற்றின்வழி அறியக் கிடைக்கின்றது. இருந்தும் எண்ணிலடங்கா அற்புதங்கள் செய்தவர்களாக இவ்விருவர் மேல் சொல்லொணா கட்டுக்கதைகள் பின்னப்பட்டுள்ளன.

இதை ஆராய முற்படும் ஒருவனை..

"லூக்கா 4:12 படி - " உன் தேவனாகிய கர்த்தாவைப் பரீட்சை பாராதிருப்பா-யாக" என்று இயேசுவே சொன்னதாக வேதாகமம் சொல்வதும், *THE HOLY BIBLE*"

"தன்னை நம்பாதவர்களை "அல்லாஹ் பரிகசிக்கிறான். இன்னும் அவர்களின் வழி கேட்டிலேயே அவர்கள் தடுமாறுகிறவர்களாக அவர்களை விட்டு வைத்தி-ருக்கிறான்" *THE HOLY QURAN*"

என்று அல்பகரா-15 படி திருக்குரான் சொல்வதும் பகுத்தறிவை வளர்க்காமல் எத்தகைய பொற்காலத்தில்(?) உலக மதங்கள் தோன்றியிருக்கின்றன என்பதற்கான சான்றுகளாய்த் திகழ்கின்றன.

தற்போது இந்தியச் சூழலுக்கு வருவோம்.

நீண்ட நெடுங்காலமாகவே மரபு சார்ந்தொரு கருத்து நம் நாகரிகத்தை சோதனைக்குள்-ளாக்கி வருகிறது. குறிப்பாக முன்னோர்கள் என்றாலே அறிவாளிகள், உன்னத சமூகம், சமுத்துவம் நிறைந்த கனவுலக வாழ்க்கை என்றெல்லாம் மெருகேற்றி வைத்துள்ளனர்.

"கிராமச் சமூகங்கள் குட்டிக் குடியரசுகள்; தேவையான அனைத்தையும் தங்களுக்குள் பெற்றிருந்தன. இங்கு அயலார் தலையீடு பெரும்பாலும் இல்லை. இவை மற்ற நிறுவனங்கள் வீழ்ச்சியுற்ற போதும் நிலை பெற்று நின்றுள்ளன; புரட்சிக்குப் பின்னர் புரட்சி தோன்றுகிறது ஆயினும் கிராம சமூகம் மட்டும் அதுவாகவே நிலை பெற்றுள்ளது" என்ற சர். சார்லஸ் டி. மெட்காவு இந்தியா பற்றி குறிப்பிடுவது மிகைப்படுத்தப்பட்ட ஒன்று.

பிற்காலச் சோழர்களின் ஆட்சி ஆண்டை பொற்காலமென்று மெச்சிக் கொண்டாடும் நம்மவர்கள், அதே காலத்தில் தான் சாதி வேற்றுமைகள் அத்தனை கொடுமையாக கூத்-தாடியது என்பதை ஏன் மறுக்கிறார்கள். ஜப்பான் நாட்டைச் சார்ந்த பிரபல ஆய்வாளர் நொபொரு கராஷிமா ஆய்ந்தெழுதிய கல்வெட்டு குறிப்பில்,

""சுடுகாடுகளைக் கொண்ட 24 ஊர்களில் 8 ஊர்களில் வேளாளருக்கும் பறையருக்கும் தனித் தனியான சுடுகாடுகள் சொல்லப்பட்டுள்ளன. இதனால் அவ்வூர்ச் சமூகத்தில் வேளாளரும் பறையரும் ஒதுங்கி வாழ்ந்தனர் என்பதை இக்கல்வெட்டு மெய்ப்பிக்கிறது" என்று சோழ மண்டலம் பற்றி புட்டு புட்டு வைத்திருக்கிறார். (*A concise history of south india*)"

மேலும், " மூன்று வகை ஊரிருக்கைப் பகுதிகளை அரச ஆணை குறிப்பிடுகிறது. ஊர் நத்தம், பறைச்சேரி (பறையர் குடியிருப்புப் பகுதி), கம்மாணச்சேரி (கம்மாளர் குடியிருப்புப் பகுதி)." இவையே பிளவுபட்டமையின் முதன்மை சான்றாதாரமாகிறது.

மேலும் பாண்டியர் காலத்திய கல்வெட்டுக்களில் (திருச்சிராப்பள்ளி - புதுக்கோட்டை பகுதி கல்வெட்டுத் தொகுப்பு), இனவரி விதிக்கப்பட்டமைக்கான சான்றுகள் வெளிவரு-கின்றன. (இனவரி - ஒரு குறிப்பிட்ட வகுப்பினர் மீது விதிக்கப்பட்ட வரி)

சமூக வாழ்வு பற்றியான எல்லாவித பகுப்பாய்வையும் இக்காலச் சமய வரலாறு தட்-டையாக்கி விடுகிறது. இதன்பொருட்டே பொற்காலம் குறித்தான ஆய்வை சமய நோக்கில் மேற்கொள்ள முற்படுகிறேன்.

இந்தியாவின் பெரும்பான்மை என தம்மை குறிப்பிட்டுக் கொள்ளும் ஒரு சாரர்,

"இஸ்லாமியர்களும் கிறிஸ்தவர்களும் வந்தேறிகள் என்று சொல்லியே மத துவேஷத்தை அள்ளிப் போடுகின்றனர். ஆனால் அவர்கள் படையெடுத்துவர யார் காரணம் என்பதை மட்டும் பக்குவமாக மறைத்துவிடுகிறார்கள்"

பாபர் படையெடுப்பில் ராஜபுத்திர மன்னரின் சூழ்ச்சி

தில்லி சுல்தானியத்தின் 5-வது வம்சமாக லோதிகள் ஆட்சி செய்து வந்தனர். லோதிகளுள் குறிப்பிடத்தகுந்த மன்னராகத் திகழ்ந்தவர் 'சிக்கந்தர் லோதி'. புகழ்பெற்ற ஆக்ரா நகரம் இவர் ஆட்சியாண்டில் தான் வடிவமைக்கப்பட்டது. இவருக்கு அடுத்து அரியணை ஏறியவர் இப்ராஹிம் லோதி.

இப்ராஹிம் லோதி மேல் இயற்கையாகவே பகை கொண்ட அவனின் மாமா தௌலத் கான் லோதி ராஜபுத்திர மன்னரான மேவாரின் ராணா சங்காவை உதவிக்கு அழைத்தான். ராணா சங்காவும் தௌலத் கானும் மாமன் மச்சினன் உறவா என்ன? ஒன்றுகூடி ஆட்சியைக் கலைத்துவிட்டு, பின்னர் பொறுமையாகப் பங்கு பிரித்து கொள்ளலாம் என்ற எண்ணப்பாடு-தான்!

எப்படியடா ஹிந்துஸ்தானத்தில் நுழையலாம் என்று ஆடிப்போயிருந்த அர்ஜுனனுக்கு கிருஷ்ணன் கொடுத்த கீ மாதிரி தௌலத் கான் மற்றும் ராணா சங்காவின் அழைப்புக் கடிதம் பாபரை வந்து சேர்ந்தது. பிரித்துப் படித்தார். 'இந்தியா வர முடியுமா?'

நான்லாம் பாய்சன் கெடச்சாவே பாயாசம் மாதிரி சாப்பிடுவேன். பாயாசமே கெடச்சிருக்கு விடுவேனா?!

குதிரையைப் பூட்டி கிளம்பிவிட்டார் பாபர். 2-3 நாட்களுக்குப் பின்தான் தௌலத் கானின் மூளை செயல்படத் தொடங்கியது. 'உதவிக்கு வந்தோம். போனோம் என்றில்லாமல் பாபர் இந்தியாவை நிரந்தரமாகக் கைப்பற்றப் போகிறார்' என்று அரசல் புரசலாகக் கேள்-விப்பட்டார். உதவிக்கு வந்தவரை எதிர்த்தே போர்கொடி தூக்கினார். 1525-ல் லாகூரில் நடைபெற்ற இப்போரில் தௌலத் கானை அசால்டாக சம்பவம் செய்தார் பாபர்.

பின் 1526-ல் இப்ராஹிம் லோதியை கொன்றுவிட்டு, பழைய பாக்கியான ராஜபுத்திர மன்னர் ரானா சங்காவை 1527-ல் நடைபெற்ற கன்வா போரில் தோற்கடித்தார். பின் அந்த ராஜபுத்திர மன்னரை அவரின் பிரபுக்களே விஷம் கொடுத்து கொன்ற சங்கதியும் அரங்கேறி முடித்தது!

இனிமேல் முகலாயப் படையெடுப்பை பற்றி பேசுபவர்கள், அதற்குக் காரணமாயிருந்த ஹிந்து மன்னரையும் பேச வேண்டும். முகலாயிருக்கு முன்பு பொற்கால பூமியிங்கு பொங்கி

வழிந்ததாக குறிப்பிடும் ஒரு சிலர் கண்ணில் படும்வரை இச்செய்தி பகிரப்பட வேண்டும்.

மாலிக் கபூரும் பாண்டியர்களும்

பிற்காலப் பாண்டியப் பேரரசின் புகழ்பெற்ற அரசர் சடைய வர்மன் சுந்தரபாண்டியன் (1251-1268). இவரை ஜடா வர்மர் என்றும் அழைப்பர். சுந்தர பாண்டியனுக்குப் பிறகு மாற-வர்மன் குலசேகரன் வெற்றிகரமாக நாற்பது ஆண்டுகள் ஆட்சிபுரிந்து நாட்டிற்கு அமைதியும் செழிப்பும் நல்கியதாக சொல்லுகிறார்கள். அவருக்கு வீரபாண்டியன், சுந்தர பாண்டியன் என இரண்டு மகன்கள் இருந்தனர்.

அரசர் வீரபாண்டியனை கூட்டு அரசராக நியமித்தார். இதனால் கோபமுற்ற இன்னொரு மகன் (சுந்தர பாண்டியன்) தன் தந்தையான மாறவர்மன் குலசேகரனை கொன்றார். இதனைத் தொடர்ந்து ஏற்பட்ட உள்நாட்டு போரில் வீரபாண்டியன் வெற்றிப் பெற்று தன்னை வலுவாக நிறுத்திக் கொண்டார்.

"தோல்வியுற்ற சுந்தர பாண்டியனோ தில்லிக்கு விரைந்து அலாவுதீன் கில்ஜியின் அடைக்கலத்தை நாடினார். இதுவே மாலிக் கபூரின் படையெடுப்பிற்கு வழிவகுத்தது. இதன் விளைவாகவே மதுரையில் டெல்லி சுல்தானுக்கு கட்டுப்பட்ட ஒரு முஸ்லிம் அரசு உரு-வாக்கப்பட்டது."

எந்தக் காலத்திலும் எந்த நாட்டிலும் விடுதலைப் போர் - இரண்டொரு சம்பவங்களு-டனோ, இரண்டொரு வெற்றிகளுடனோ முடிந்துவிடுவதில்லை - அது நீண்டதொரு பயணம் என்று அறிஞர் அண்ணா சொல்வார். அது நூற்றுக்கு நூறு உண்மை. வரலாறு என்பது வெறும் போர்களால் அல்ல - அந்தப் போரை ஏற்படுத்திய காரணிகளால் உருவாகிறது. காரணியை கழட்டிவிட்டு கருத்தாவை தோண்டுவதால் துவேஷம் அன்றி வேறெந்த பலனும் இல்லை.

மாலிக் கபூரின் படையெடுப்பால் காஞ்சிபுரம் கோயில், சிதம்பரம் நடராஜர் கோயில், திருவண்ணாமலை, ஸ்ரீரங்கம், மதுரை மீனாட்சி அம்மன் திருக்கோவில் எல்லாம் பெருத்த சேதத்திற்கு உள்ளானதென குறிப்பிடும் தேச பக்தர்கள், அதற்கு காரணமாயிருந்த பொற்கா-லப் பாண்டியனை ஏன் கைநீட்ட மறுக்கிறார்கள்?

அருணகிரிநாதரும் ஆறுமுகக் கடவுளும்

கட்டுரையின் முன்னுரைப் பத்தியில் குறிப்பிட்டபடி, சமயம் சார்ந்த பார்வையில் மேற்-கொண்டு அலசுவோம். அருணகிரிநாதர் என்ற சுந்தப்பா கவிஞர் ஒருவர் 15-ம் நூற்றாண்டில் தமிழகப் பகுதியில் வசித்து வந்தார்.

உண்மையில் இவர் எழுதிய சுந்தப் பாடலுக்கு ஈடு இணையே இல்லை. இவர்தம் பாட-லுக்கு தனித்த இடம் உண்டு. ஆனால் சிக்கல் எங்கே எழுகிறது? கிறிஸ்தவம் - இஸ்லாம் உட்பட்ட உலக மதங்கள் எல்லாம் தங்கள் கடவுளரின் திருமேனி காண்டலை ஒரு காலத்-திற்குப் பின் பேசவேயில்லை. பகுத்தறிவும் - நாத்திகமும் வளர்ந்து வந்த காலச் சூழலை அறிந்துகொண்டு நுட்பமாக மடைமாறியது.

இங்குதான் ஹிந்து மதம் சறுக்கியது. அருணகிரி என்ற மானுடர் பரத்தையர் வயப்பட்டு, உள்ள பொருளெல்லாம் இழந்த பின்னும் வேசியர்பால் சென்று ஈன்ற பொருளெல்லாம் இழந்தாராம். பின்னர் வறுமையும் பொல்லாப் பிணியும் (எய்ட்ஸ்) இவரை வாட்டியெடுக்க, வாழ்வை வெறுத்து திருவண்ணாமலை பெரிய கோபுரத்து வடக்கு வாயிலில் தவநிலையில் அமர்ந்து பலநாள் தவங் கிடந்தாராம். ஆனால் அப்போதும் மூவாசைகளும் நீர்ப்பாசிபோல விலகுவதும் பின் கூடுவதுமாக இருந்ததால் 'என்னே! இம்மாயையின் வன்மை!' எனப் பிரமித்து திருக்கோயிலின் கோபுரத்திலேறித் தம் உயரை மாய்க்கக் குதித்தாராம்.

அங்ஙனம் தோன்றிய சிவகுமாரர் ஆறுமுகக் கடவுள் திருமுருகப் பெருமான், 'முடிய வழிவழியடிமை' எனக் கூறி தமது அன்பருக்கு யாதொரு ஊறும் நேராதபடி அவரைத் தனது திருக்கரத்தால் பிடித்துத் தாங்கி, 'அஞ்சற்க' என அபயம் அளித்து மண்மிசை நிறுத்தினா-ராம். மேலும் மயில்மிசை ஏறி தன் நடன கோலத்தைக் காட்டி அருளினாராம். மேலும் திரு-மூலருக்கு 'நாதன்' எனும் பட்டத்தை தன் தந்தையார் வழங்கியதைப் போல, அருணகிரிக்கு சிவமைந்தனான முருகப்பிரான் 'நாதன்' பட்டம் வழங்கினாராம். அருணகிரி - அருணகிரி-நாதர் ஆனாராம்.

மேலும் வேல்கொண்டு அருணகிரியார் நாவில் தமது ஆறெழுத்தைப் பொறித்து அவரது வினையை ஒட்டி முத்தமிழை ஊட்டினாராம். தமது தந்தையார் சுந்தர மூர்த்தி சுவாமிகளுக்கு "அருச்சனை பாட்டே யாகும்" எனக் கூறியது போல முருகவேளும் அருணகிரியாரை நோக்கி 'நமது பாதமலரைப் பாடுக' என்றாராம். எங்ஙனம் யான் பாடுவேன் என்றபோது, "முத்தைத்தரு பத்தித் திருநகை" என அடியெடுத்துக் கொடுத்து மறைந்தாராம்.

அடடே.. எத்தனை தெய்வீகமான கதை இது. சரி ஒரு நிமிஷம் இருங்க. இதே 15-ம் நூற்றாண்டின் இறுதியில் தானே பாபர் படையெடுப்பும் நிகழ்ந்தது. பன்னெடுங்காலமாய் பெரும் பெரும் அமைதியின்மை ஏற்படுத்திவரும் பாபர் மசூதியும் இக்காலத்தில் புகைவிட தொடங்கியது தானே?

திருமால் பராசக்தியின் சகோதரன் என்ற உறவின் முறையில் பார்த்தால், உமையின் பாலன் முருகனுக்குத் தாய்மாமன். மாமன் மாலவனுக்கும் - மருமகன் வேலனுக்கும் எத்த-கைய உறவு இருந்திருக்கும்! ஆனால் அப்போதுங்கூட தம்மை துதிபாட வந்த ஒருவருக்கு காட்சியளித்த மருமகன், தன் மாமனின் துயர் களைய வரவில்லையோ என கேள்வி கேட்க முற்படுகிறோம்.

பொற்காலங்களை புரிந்துகொள்ளுதல்

பொற்காலம் என்பது ஒரு மாயை. ஒவ்வொருவரும் வெவ்வேறு நடிகரை விரும்புவது போல; வெவ்வேறு ஐஸ்கிரீமை சுவைப்பது போல பொற்காலமும் மாறுபாட்டுக்கு உரியது. பொது-மையில் வைத்துப் பேசுவது மிகுந்த அபத்தத்திற்கு ஆட்படும்.

முகாலயப் படையெடுப்பின் பின்னர்தான் இந்தியா இந்நிலைமைக்கு உள்ளானது; வந்-தேறிகளே வர்ணாசிரமத்தை உட்புகுத்தினர்; ஆங்கிலேய ஆட்சியால் இந்தியாவின் பொரு-ளாதாரம் சீர்குலைந்தது என வெறுமனே விரல் நீட்டுவதற்கு முன்னால் 'அதற்கு முன்' என்றொரு கேள்வியைக் கேட்டுப் பாருங்கள். 1940-களில் ஏற்பட்ட வங்கப் பஞ்சத்தை விட

மிகக் கொடுமையான விவசாயப் போராட்டங்கள் 14-ம் நூற்றாண்டிலேயே ஏற்பட்டிருக்கிறது என்ற உண்மை புலப்படும்!

இனி

"எப்பொருள் யார்யார்வாய் கேட்பினும் அப்பொருள்
மெய்ப்பொருள் காண்பது அறிவு"

என்பதை கடைந்தெடுத்த மந்திரமாக்குவோம்!

ஆதார நூல்கள்

1. அருணகிரிநாதர் வரலாறும் நூல் ஆராய்ச்சியும் - தணிகைமணி வ.சு.சே.
2. வந்தார்கள் வென்றார்கள் - மதன்.
3. யூதர்கள் : வரலாறும் வாழ்க்கையும் - முகில்.
4. Noboru Karashima - A concise history of south india.
5. S.K. Singh - History of Medieval India.
6. K.A. Nilakanta Shastri - A history of south india.

15

பெரியபுராணம் — சமய எழுச்சியா? சுயசாதி எழுச்சியா?

"உலகாயதருக்கு எள்ளி நகையாடும் ஒரு புரட்டுப் புத்தகம். நட்ட நடுநிலை-
யான வரலாற்று ஆசிரியருக்கு — இது ஒரு பவுடர் பூசிய பண்பாட்டுப் பெட்-
டகம். சைவ சமயப் பிரியருக்கும் — சாதித்துவ அடையாளத்தில் மூழ்கி முத்-
தெடுப்போருக்கும் — இது ஒரு அசாத்திய ஆன்மீகப் படைப்பு."

பெரியபுராணம் என்ற இவ்வொற்றை நூலின் பரிமாணம் ஏன் இத்தனை வேறுபாட்டுக்கும்
— குளறுபடிக்கும் உள்ளாகியிருக்கிறது? ஆண்டுகள் பலகடந்தும் ஏன் ஆராய்ச்சிகள் நின்-
றபாடில்லை? இதுவரை எழுந்த பெரியபுராண ஆராய்ச்சிகள் எதுவும் ஏன் மத்தியஸ்த பார்-
வையில் அரங்கேற்றப் படவில்லை? பெரியபுராணக் காலச் சூழலையும் — சேக்கிழார்களின்
அடையாளம் வேண்டும் சமயங்களின் எழுச்சி வீழ்ச்சிகளையும் கருத்திற் கொள்ளாமல் இவ்-
வாய்வு எப்படி முழுமைபெறும்? சமூகவியல் பார்வை கலக்காமல் — யுடோப்பியன் மனப்-
பான்மையால் என்ன புரிந்து கொண்டோம்? பெரியபுராணம் உண்மையிலேயே சமயநூலா?
அல்ல சுயசாதி அடையாளத்தின் அரிதாரம் பூசிய அவதாரமா? விவரமாக அலசுகிறது
இக்கட்டுரை.

பெரியபுராணம் நூல் எழுந்த காரண காரியம் அறிய அக்காலம் தொடர்பான சமூக —
சமய — அரசியல் நிலைப்பாடு குறித்தான அறிவு அவசியமாகிறது. மிகத் தொடக்கந்-
தொட்டு இன்றியமையாத கருத்துக்களால் இக்கட்டு உரை புரிவோம்.

சேக்கிழான் குடிமரபு

தமிழகத்தின் நிலப்பரப்பை பஞ்சதேசமாகக் கொண்டோம். அவை

1. சேரநாடு
2. சோழநாடு
3. பாண்டிய நாடு
4. நடு நாடு
5. தொண்டை நாடு

ஆகும்.

இவற்றுள் தொண்டை நாட்டுப் புராணத்தை சற்றுப் பார்ப்போம். அழகு கொஞ்சும் மலை-களும் சிறப்புப் பொருந்திய பாலாறும் இத்தேசத்தின் இயற்கை வளத்தை காதுகுளிர மெச்சும். பல பகுதிகளில் பெரிய காடுகளும் சிறிய குன்றுகளுமாக எழில் பொருந்தி அமைந்திருந்தன. தொடக்கக் காலத்தில் ஆடு — மாடு மேய்க்கும் குறும்பர் இன மக்கள் இப்பகுதியில் மிகு-தியாக வசித்து வந்தனர். இப்பிரதேசம் அடர்ந்த வனப்பகுதியாக இருந்தமையால் வாணிபத்-திற்கும் இன்னபிற கொள்முதலுக்கும் கீழைத்தேசமான சோழநாட்டையே நாடவேண்டியிருந்-தது. இதன் ஊடாக காவிரிப்பூம்பட்டினத்து வணிகரிடம் பெரும் வியாபார உறவு பூண்டது.

பிற்காலத்தில் குறும்பர்களை வென்று ஆதொண்ட சக்கரவர்த்தி என்பவன் இந்நாட்டை கவர்ந்தான் என்றும் — அதனால் இத்தேசம் தொண்ட நாடு என வழங்கப்பட்டதென்றும் R.Gopalan என்பார் Pallavas of Kanchi என்ற தந்நூலில் குறிப்பிடுகிறார். இது ஓரளவு ஏற்றுக்கொள்ளக் கூடியது. காரணம், வளப்பம் பொருந்திய பிரதேசம் — வலிமை குன்றி-யவர் இடத்து இருக்குமேயானால் — வலிமை பொருந்திய சக்கரவர்த்தி ஆசைப்படுவதில் ஐயமில்லை.

மற்றொரு சங்கதி கரிகாற் சோழனே தொண்டை நாட்டைக் கைப்பற்றி 'காடு கெடுத்து நாடாக்கினான்' என்றும் பின்னர் தொண்டைக் கொடியால் சுற்றி கடல்வழி வந்த நாக கன்-னிகையான பீலிவளயின் மகனான இளந்திரையன் இக்குறும்ப நாட்டை ஆண்டதால் — தொண்டை மண்டலம் என பெயர்பெற்றதென கூறுகின்றனர். இதுவும் நம்பித்தகுந்தாகவே இருக்கிறது.

எது எப்படியோ.. காடுகளை அழித்தாற் பின் வயல்வேலை செய்து வளப்பம் பெருக்க வேண்டுமே! பெரும் அளவில் வேளாண் குடிமக்கள் தொண்டை தேசத்திற்கு குடிபெயர்ந்-தனர். அக்குடிகளுள் கூடல்கிழான், புரசைகிழான், வெண்குளப்பாக்க கிழான், சேக்கிழான் போன்றோர் முக்கியஸ்தர்.

சே — காளை ; சேக்கிழான் — காளைக்கு உரியவன். எருதுகளைக் கொண்டு வயல் வேலை செய்கின்ற வேளாளனைக் குறிக்கும் சொல்லாகவே இது வழக்கில் இருந்தது.

அப்போ சேக்கிழார் என்பது தனிப்பெயர் இல்லையா? ஆம். அது தனிப்பெயர் அல்ல, குலப்பெயர் என்பதே திட்டவட்டமான முடிபாகிறது. இக்குடிமரபைச் சேர்ந்தவர்கள் சேக்கி-ழான் பாலராவாயன் ; சேக்கிழான் இராமதேவன் என்று குடிப்பெயரோடு அழைக்கப்பட்டனர்.

நாம் அறிந்த பெரியபுராண ஆசிரியர் சேக்கிழார் என்பது அவரின் இயற்பெயரல்ல. அவரின் இயற்பெயர் அருள்மொழித் தேவரென (சேக்கிழார் அருள்மொழித்தேவர்) சேக்கி-

ழார் புராண ஆசிரியர் உமாபதி சிவம் குறிப்பிடுகிறார். டாக்டர் இராசமாணிக்கனாரோ இரா-மதேவன் (சேக்கிழார் இராமதேவன்) என்பதே இயற்பெயரென வாதிடுகிறார். சாதித்துவிட்-டப் பின்னர் சாதி அடையாளம் கொண்டு உடன்கூட்டம் அமைக்கும் வழக்கம் அப்போதே இருந்திருந்தமை இங்கு புலனாகிறது. பெரியபுராணம் எழுதி — பெரும்பேறு பெற்றவிட்ட பின்னர் — இராமதேவன் என்ற தனிப்பெயர் (அ) அருள்மொழித்தேவர் என்ற தனிப்பெயர் — சேக்கிழான் என்ற குடிப்பெயரின் பின்னால் ஆகுபெயர் என்ற இலக்கணம் பூசிக்கொள்-கிறது.

இதை மறுக்கவோ மறக்கவோ எந்த முகமுடியும் வேண்டாம். ஆண்டாண்டுகளாக வேளாள் குடியாக இருந்த சேக்கிழான் மரபினர், படிப்படியாக முன்னேறி தொண்டை நாட்டி-லிருந்து சோழ நாடுவரை சென்று மிக உயரிய அரசுப்பதவிகளை கைப்பற்றி இருக்கின்றனர். இவர்களுக்கு அரசப் பதவியின் மேலிருந்த தாகத்தையும் — இவர்கள் பெற்ற முக்கிய பொறுப்புகளையும் சேக்கிழார் புராணத்தில் உமாபதியார் மறைமுகமாக குறிப்பிடுகிறார்,

> "தேசிலங்கு முகில் குன்றையாதிபதி தொண்டர்சீர்பரவு சேக்கிழார்வாசல்
> அன்றுமுதல் இன்று காறும்இனிமேலும் வாழையடி வாழையாய்வீசுதென்றல்
> மணிமண்டபத்தரசுவீற்றிருக்(கு) முடிமன்னருக்குச்சனன்பர்கள் புராணமுஞ்சொ-
> லியஅமைச்சுமாகி நலமெய்துமால்." (சேக்கிழார் புராணம்)"

இதுவே சேக்கிழான் குடிமரபினரின் குறுகியகால வரலாறு.

சேக்கிழார் / இராமதேவன் / அருள்மொழித்தேவன் — காலம்

பல்வேறு வரலாற்று முரண்களுக்கு பின்னர் இரண்டாம் குலோத்துங்கனே அநபாயச் சோழன் (கி.பி.1133-1150) என்ற முத்தாய்ப்பான முடிவு அறிஞர் பலராலும் ஏற்றுக்கொள்ளப்பட்டது. அம்மன்னன் அரண்மனையில்தான் பிரதம மந்திரியாக பெரியபுராண ஆசிரியர் சேக்கிழார் பணி செய்து வந்தார்.

ஆனால் இதுதொடர்பான கல்வெட்டுச் சான்றுகள் அநபாயனின் மகனான இரண்டாம் இராசராசனின் (கி.பி. 1146-1173) காலத்தில்தான் நமக்கு கிடைக்கப்பெறுகிறது. முன்-சொன்ன செய்தி இலக்கியச் சான்றாகவே ஒளிர்கிறது. இருந்தும் பத்துமுறை அநபாயன் என்ற பெயரைக் குறிப்பிட்டதால் — காலவெளியில் குழப்பம் இல்லை. மேலும் இரண்டாம் குலோத்துங்க மன்னன் 'உத்தம சோழ பல்லவராயர்' என்ற அடைமொழியை சேக்கிழாருக்கு சூட்டியிருப்பதாக ஒரு பூகம் உண்டு. அதனால் சேக்கிழார் பெருமான் இரண்டாம் குலோத்-துங்கனான அநபாயச் சோழன் காலத்தவனே என்பதில் ஐயமில்லை.

நூலெழுந்த வரலாறு

சேக்கிழார் இரண்டாம் குலோத்துங்கனிடம் பிரதம மந்திரியாக பணி செய்த போது, அரசன் சீவக சிந்தாமணி என்ற சமண காவியம் படிக்க் கேட்டு மகிழ்ந்து வந்தான். அரசன் இவ்வாறு சமண காவியத்தில் மூழ்கி திளைப்பதைக் கண்டு சேக்கிழார் மனம் வருந்தினார்.

உடனே இளவரசர் இரண்டாம் இராசராசனை தனியே அழைத்துச் சென்று, "ஒழுக்க மற்ற சமணரது காவியம், நம் அரசரை ஒத்த சீவகன் என்பவனது வரலாறு கூறுவதாகும். அதனைப் படிப்பதனாலோ கேட்பதனாலோ அரசர் பெறத்தக்க நன்மை ஒன்றும் இல்லை. அதனை விடுத்து இம்மைக்கும் ஏழேழ் பிறவிக்கும் பற்றாகும் நாயன்மார் வரலாறுகள் கொண்ட சிவகதை படிக்கக் கேட்பது மிகவும் நல்லது" என்று முணுமுணுத்தார் சேக்கிழார் பெருமான்.

இதனை அறிந்த மன்னர் சேக்கிழாரை வரவழைத்து, "நீர் மொழிந்த சிவகதை நவக- தையோ? புராணமோ? முன்னூல் உண்டோ? நானிலத்திற் சொன்னவர் யார்? கேட்டவர் யார்? சிவனடியாருள் இன்றும் உயிருடர் இருப்பவர் உளரோ?" என்று பலவாறு கேட்க — பெரியபுராணம் எழுதும் பெரும்பேறு பெற்றுவர் ஆகிறார் சேக்கிழார்.

இச்செய்தி சேக்கிழார் புராண நூலில் இடம்பெறுகிறது.

> *"வளவனுங்குண் டமண்புரட்டுத் திருட்டுச்சிந்தாமணிக் கதையை மெய்யென்று வரிசைகூரஉளமகிகழ்ந்து பலபடப்பா ராட்டிக்கேட்கஉபயகுல மணிவிளக்காஞ்சேக் கிழான்கண்(டு)இளஅரசன் தனைநோக்கிச் சமணர்பொய்ந்நூல் இதுமறுக்- காகா(து) இம்மைக்கு மற்றேஉளமருவு கின்றசிவ கதை இம்மைக்கும்மறுமைக்கும் உறுதிஎன வளவன்கேட்டு" (சேக்கிழார் புராணம்)*

என்ற பாடலிலும்

> *"அவகதையாய்ப் பயனற்ற கதையீதாகில்அம்மையும் இம்மையும் உறுதி பயத்- தக்கசிவகதைஏ ததுகற்ற திறமைப்பேரார்சிவகசிந்தா மணிபோல் இடையில்- வந்தனவகதையோ? புராதனமோ? முன்னிலுண்டோ?நானிலத்து சொன்னவரார்? கேட்பாரார்?தவகதையோ? தவம்பண்ணிப் பேறுபெற்றதனிக்கதையோ? அடைவு- படச் சாற்று" (சேக்கிழார் புராணம்)*

என்ற பாடலிலும் இதைக் காணலாம்.

ஆனால் முட்டுக்கொடுக்க வந்த சைவப்பிரியர்கள், சேக்கிழார் புராணத்தில் குறிப்பிடப்- டும் செய்திகளை ஏற்றுக்கொண்டுவிட்டு — வசதிக்கு ஒவ்வாத வரிகளை மட்டும் இடைச்- செருகல் என்று எக்காளமிட்டனர்.

இதை சற்றே ஆய்ந்து பார்த்தால் உண்மை வெளிப்படும்.

1) முட்டு

சேக்கிழார் புராணத்தில் குறிப்பிடும்படி, சேக்கிழார் பெருமான் சீவக சிந்தாமணியை வைதார் இல்லை. ஏக சமய ஏற்பக் கொள்கை உடைய நம்பெருமான், திருட்டுச்சிந்தாமணி என்று கூறியிருக்க மாட்டார். எனவே சீவக சிந்தாமணிக்கு எதிராகவெல்லாம் இயற்றப்பட்ட நூலல்ல

பெரியபுராணம்.

பதில் : சீவக சிந்தாமணியின் காலம் குறித்த ஐயப்பாடு இன்றளவும் இருந்துவருகிறது. இருப்பினும் பொதுக்கருத்தான 9-ம் நூற்றாண்டையே ஏற்றுக் கொள்வோம். அதாவது இரண்டாம் குலோத்துங்கனுக்கு இருநூறு ஆண்டுக்கு முன்தோன்றிய நூல். திருத்தக்க தேவர் இயற்றிய இதனை அனைத்துச் சமயத்தாரும் விரும்பிக் கற்றனர். இந்நூல் முழுமைக்கும் சைவரான நச்சினார்க்கினியர் உரை எழுதியதே இதற்கு போதுமான சான்றாகிறது. பின்னாட்-களில் இந்தியா வந்த கிறிஸ்தவ மதப்போதகர் ஜி.யு.போப் — இதனை கிரேக்க இலக்கி-யங்களான இலியட் — ஒடிசியுடன் ஒப்பிட்டுள்ளார். மேலும் தமிழ்க் கவிஞர்களுள் இளவ-ரசன் — திருத்தக்க தேவர் என்ற சிறப்பு அடைமொழியும் அவருக்குச் சூட்டினார். இத்தகு சிறப்பு பொருந்திய நூல்மேல் சைவ வம்சாவழி மன்னன் மையல் கொண்டதில் பெரிய வியப்பு இல்லை. எனவே சைவ மாட்சியை மீட்டுக் கொணரும் பொறுப்பு சேக்கிழார் தலைமேல் வீழ்ந்ததை நாம் மறுதலிக்காமல் ஏற்றுக்கொள்ள முற்படுகிறோம்.

2) முட்டு :

இரண்டாம் குலோத்துங்கன் காலத்தில் சமண மதம் எழுச்சியில் இல்லை. எனவே சேக்கி-ழாருக்கு சைவ காப்பாற்ற வேண்டி — பெரியபுராணம் இயற்றவேண்டிய கடமை இல்லை. எனவே பெரியபுராணம் அடியார் வரலாறு கூறவந்த மெய்ப்புராணமே அன்றி அவசரபுராணம் அல்ல.

பதில் : இல்லை. போதுமான வரலாற்று சான்றுதான் இல்லையே ஒழிய — இலக்கியச் சான்றுகள் பல இருக்கின்றன. ஐஞ்சிறு காப்பியங்கள் யாவும் சமண இலக்கியமே. அவை யாவும் முறையே 10,13,15,16 — நூற்றாண்டுகளில் இயற்றப்பட்டவை. காப்பியங்கள் சமணத்தை முன்னிறுத்தியவை என்றால் — சமயப் பூசல் இல்லாத காலத்திலா இவை இயற்றப்பெற்றிருக்கும்?இதை தவிர்த்து இலக்கண நூல்களான யாப்பருங்கலம் (கி.பி.11) ; வெண்பாப் பாட்டியல் (கி.பி.13) ; நேமிநாதம் (கி.பி.12) ; நன்னூல் (கி.பி.13) சுற்றுச்சுற்றி இதே காலகட்டத்தில் பல்வேறு சமண நூல்கள் இயற்றப்பெற — அட நிகண்டுகள் வேற.. இவையெல்லாம் சமணம் மங்கிய காலத்தில் இயற்றப்பெற்றவையா என்ன? எனவே சேக்கி-ழாருக்கு சமய நெருடிக்கடி இருந்தமை தெள்ளத்தெளிவாக புலனாகிறது.

3) முட்டு :

அடப்போங்கய்யா. எப்படிச் சொன்னாலும் உண்மையைப் போட்டு உடக்கிறீங்க. பேசாம இந்த உண்மையெல்லாம் சொல்லுற சேக்கிழார் புராணமே உமாபதியார் எழுதினது இல்ல'னு சொல்லிட்டா? ஆம். மா.இரா உட்பட பல மூத்த தமிழறிஞர் + சைவ வாதிகள் உமாபதியார் எழுதினது அல்ல சேக்கிழார் புராணம் என்ற கருத்தை வழியுறுத்துகிறார்கள்.

பதில் : இங்க பொறுத்தவரைக்கும் முட்டு'லயே பதிலும் இருக்கு. சேக்கிழார் புராணம் சொல்ற இவங்க சார்பு கருத்தை ஏத்துக்கும் போது உமாபதி எழுதுன இந்நூல் — கசப்பான உண்மையை சொல்லும்போதுமட்டும் அவர் இல்லன்னு சொல்ல தெகட்டுதோ?

ரைட்டு.. முட்டுக்கெல்லாம் பதில் சொல்லியாச்சு. உண்மைக்கு வருவோம். சேக்கிழாருக்கு என்ன இம்புட்டு பெரிய கடமை வேண்டியிருக்கு? ஏன் அவர் சைவத்தை தூக்கி நிறுத்த-ணும்? இதை புரிஞ்சிக்க நாம மீண்டும் பழைய கதைக்கே போகணும்.

இருண்ட காலமா — இருட்டடித்த காலமா?

சுந்தரமூர்த்தி சுவாமிகள் இயற்றிய திருத்தொண்டத் தொகையை முந்துநூலாக்கி — நம்-பியாண்டார் நம்பி இயற்றிய திருத்தொண்டர் திருவந்தாதியை துணைநூலாக்கி மாக்கதை ஒன்றை கற்பனா ஷக்தி மூலம் பிசைந்து பிசைந்து நூலாக்க விழைந்தார் சேக்கிழார். ஸோ.. பெரிய புராணம் பார்க்கும் முன்னாடி இந்த நம்பியார் பற்றியும் ; சுந்தரர் பற்றியும் ; அவர்தம் முன்னோர் பற்றியும் க்ரிஸ்பாக பார்த்துவிடலாம்.

தமிழகத்தின் இருண்டகாலமாக பாவிக்கப்படும் களப்பிரர் காலமே இவ்வாய்விற்கு வெளிச்சம் அளிக்கிறது.

களப்பிரர் முதலில் பௌத்தராகவும் பிறகு சமணராகவும் சமயச் சார்புற்றிருந்தனர். களப குலத்தைச் சார்ந்த அச்சுத விக்கிராந்தன் என்றொரு மன்னன் சோழ நாட்டைக் கைப்பற்றி அரசாண்டு வந்தான் என அறிகிறோம். இவன் காலத்தில் புத்ததத்தர் என்ற பௌத்த பேர-றிஞர் 'விநய விநிச்சயம்' என்ற நூலை எழுதினார்.

களப்பிரர் காலத்தில் ஆக்கத் துறைகள் பலவற்றில் வளர்ச்சி காணப்பட்டது. பௌத்த சமய ஒழுக்கங்கட்குச் செல்வாக்கு உயர்ந்தது. பௌத்தரும் சமணரும் வைதீக சடங்குகளையும் வேள்விகளையும் ஆரிய சமய தத்துவங்களையும் மறுத்தவர்கள். கொல்லாமை — புலால் உண்ணாமை — பொய்யாமை — பிறப்பினால் உயர்வு தாழ்வு காணாமை என்னும் உயர்ந்த அறங்களை ஓம்பி வளர்த்தவர்கள். ஆயிரம் வேள்விகள் வேட்பதினும் ஓர் உயிரைக் கொல்லாமையே மேலான அறமாகும் என்று புத்தர் போதித்த அறத்தை வலியுறுத்தி வந்-தனர். மக்களுக்குள் ஒழுக்கத்தையும் — அமைதியையும் பிற உயிர்களின் மாட்டு அன்-பையும் வளர்ப்பில் சமண பௌத்த துறவிகள் முனைந்து வந்தனர் என டாக்டர் கே.கே. பிள்ளை எழுதுகிறார். இக்காரணங்களால் வேள்விகளையும் — குலவேறுபாடுகளையும் படி-களாகக் கொண்டு உயர்ந்து வந்த வைதிக சமயம் தன் செல்வாக்கை இழந்து வந்தது.

இதை வைத்துப் பார்த்தால், களப்பிரர் காலம் வைதீகத்திற்கு இருண்ட காலமே ஒழிய — மனித மாண்பிற்கு கிடைத்தற்கரிய பொற்காலம் என அறியலாம். சமண பௌத்தர்க-ளின் தத்துவ வாதங்களால் விரிசல் விடத்தொடங்கிய வேதாந்தவாதங்கள் — தன் தத்துவ கோட்பாடுகளின் செங்கற்களை பெயர்த்தமைக்க முற்பட்டது.

அதுவே பக்தி எழுச்சி காலமானது. வடநாட்டில் ஏற்பட்ட குப்த பேரரசின் — ஹிந்து மத எழுச்சியும் இதற்கு ஓரளவு துணை புரிந்தது. சைவ சமய பக்தி இயக்கத்தின் பெரும்புள்-ளியான திருநாவுக்கரசர் — நாம் மேற்பார்த்த தொண்டை நாட்டில் வாழ்ந்தவர் மட்டுமல்ல சேக்கிழார்களின் அதே வேளாண் சமூகத்தைச் சார்ந்தவரும் கூட.

எனவே சமண — பௌத்தம் செழித்தோங்கிய பகுதியின்றும் பொறுக்கமாட்டாமல் சைவ (மறு) மலர்ச்சிக்கு வழிசெய்தார். இருப்பினும் சைவ சமயத்தின் குறைப்பாடுகளான குலத்-தாழ்ச்சியை முற்றிலுமாக விட்டாரல்லர்.

> *"'குலமிலராகிலும் குலத்திற்கு ஏற்பதோர்நலமிகக் கொடுப்பது நமச்சிவாயவே.''*
> *(அப்பர் தேவாரம்)''*

என்ற தேவார அடிகளே இதற்குச் சான்று.

சமணத்திலிருந்து வெளிவந்த அப்பர் பல்வேறு இன்னலுக்கு உள்ளானதாக பெரிய புரா‌ணம் சான்று பகர்கிறது. இன்னுலுக்குப் பிற்பாடும் பல்லவ மன்னன் மகேந்திர வர்மனை சைவம் தழுவ வைத்தமை இங்கு குறிப்பிடத்தக்கது. நிற்க.

இதே காலவெளியில் பாண்டிய நாட்டின் அந்தணர் குலத்தில் ஒரு பிதாமகன் அவத‌ரிக்கிறான். சமணத்தில் அல்லோலப்படும் (?) தேசத்தை சைவ மயமாக்க துடிதுடிக்கிறான். அனல்வாதம் — புனல்வாதம் செய்தி வெற்றிக் கனி எய்ததாக பெரியபுராணம் பாடுகிறது.

ஞானசம்பந்தரின் அனைத்துப் பதிகங்களிலும் 8-வது பாடல் இராவணனை எதிர்ப்பதில் இவரின் ஆரியை மாயை புலப்படும். 9-வது பாடலில் திருமாலையும் நான்முகனையும் கீழி‌றக்கி பாடுவதன் மூலம் இவர்தன் சிவ நெறி தெரியும். 10வது பாடலில் பௌத்த — சமண எதிர்ப்பு வலுவாக அமைந்தமையில் இவர்தன் சமய வெறி அப்பட்டமாகத் தெரியும்.

இவரிவரை மட்டும் துலாக்கோலில் ஏற்றிப்பார்த்தால் — புற சமயத்தார் ஆக்கிரமித்த பல்லவ; பாண்டிய பிரேதசத்தின்கண் இவர்கள் எழுச்சி பெற்றதை காணலாம். (சோழர்கள் அப்போது சிற்றரசராய் வீழ்ச்சி அடைந்தனர்) அப்பர் — சம்பந்தருடன் அடியார் பலர் கூடித் தலயாத்திரை செய்து நாடெங்கும் பக்தியைப் பரப்பி வந்தமை கடந்த கால பாரதிய ஜனதா கட்சி செய்து வரும் விநாயகர் ஊர்வலம் — வேல் யாத்திரை — ரத யாத்திரை வகையறாத்தான் என்பதில் கடுகளவும் ஐயமில்லை.

இனி இவர்களுக்குப் பின்வந்த சுந்தரமூர்த்தி நாயனாரை ஒப்புநோக்குவோம். அந்தணர் குலத்தில் பிறந்தவர். இறைவன் வேடம் தரித்து வந்து, "ஆரூரான் என் அடிமை" எனக் கூறிய போது, "ஓர் அந்தணர் மற்றோர் அந்தணருக்கு அடிமையாதல் எவ்வாறு?" என மனுதர்ம கேள்விக் கேட்டார். செய்தொழில் அடிப்படையில்தான் குலம் தோன்றியதென்பதே இவர்தான் வாழ்க்கைச் செய்தி. சங்கிலி நாச்சியார் என்ற தொழிற்குல வேளாளப் பெண்ணை மணம் செய்து — சிவபதம் அடையப்பெற்று நூலொன்றை எழுதி தீர்த்தார். அதுவே திருத்‌தொண்டத் தொகை.

அந்நூலே பெரியபுராணத்தின் முதல் நூலாக விளங்குகிறது. அதிலுள்ள சிக்கல்களை பின்னர் ஆய்வோம். அதற்குமுன் இந்நூலெழுந்த வரலாற்றை அறிவோம். தொழிற்குலப் பிள்ளைமாரான விறல்மிண்ட நாயனார் — சிவனடியார்களை வணங்கி சேவை செய்தபிறகே ஈசனை வணங்கச் செல்லும் அத்தனை பண்பாளராம். திருவாரூர் வந்த சமயம் சுந்தரமூர்த்தி சுவாமிகள் — அருகில் நின்ற திரு அடியார்களை கவனிக்காமல் நேரடியாக இறைவனை வழிபட சென்றதால் — சுந்தரரையும் — அவரின் அணுக்குமான சிவபெருமானையும் 'புறம்பானவர்கள்' என ஒதுக்கினார்.

இதைக் கண்டு மனம் வருந்திய சிவபெருமான், "தில்லைவாழ் அந்தணர்தம் அடியார்க்‌கும் அடியேன் எனத் தொடங்கி அடியாளர் புராணத்தை பாடுக" என்று சுந்தரரை பணிய வைத்தாராம். இதுவே இந்நூலெழுந்த வரலாறு. இந்தப் புள்ளியில்தான் சிவனடியார்கள்

சிவனாகப் பாவிக்கபட தொடங்கினர். இதில் மறைந்துள்ள சாதித்துவ அழுக்குகளை கீழ்வ-ரும் பத்திகளில் நாம் விளக்கப்போகுமுன் — சுந்தரர் தொடங்கி சேக்கிழார் இடையிலான காலவெளியை சற்று ஆசுபடுத்திவிட்டு வருவோம்.

திருத்தொண்டத் தொகை எழுதிப்பட்டாயிற்று. பல அடியார்கள் தம்மின் சமகாலத்தவராக இருந்ததாக அவர் சொல்லும் அற்புத மாக்கதைகள் முகம் சுழிக்க வைக்கிறது. (இவற்றைப் பின்னர் தொகுத்துள்ளேன்). நம்பியாண்டார் நம்பி என்பார் முதல் ஏழு திருமுறைகளை மட்-டும் தொகுத்ததாக சேக்கிழார் ஆராய்ச்சி நூல் குறிப்பிடுகிறது. இவர் எழுதிய மற்றொரு முக்கியகரமான நூல் திருத்தொண்டர் திருவந்தாதி. இதுவும் சேக்கிழாருக்கு பெருந்துணை செய்வதோடு உசாத்துணையாக விளங்கியிருக்கும்.

ஹா.. சேக்கிழாருக்கு வருவோம். இவர் தலைமேல் சுமத்தப்பட்ட சமய நெருக்கடி குறித்து முன்னரே பார்த்தோம். ஆனால் சேக்கிழார் இதை ஏன் ஏற்றுக்கொள்ள வேண்டும்? சேக்கி-ழாருக்கு என்ன கடமை இருக்கிறது என்ற கேள்விகளோடு பழங்கதைக்கு மடைமாறினோம். இங்கே தொடர்வோம்.

பௌத்தம் ஏற்படுத்திய குலநாசத்தை சைவம் ஏற்றுக் கொள்ளவில்லை. மாறாக ஆதரித்-தது. ஒருவேளை குலத் தாழ்ச்சிகளை ஆதாரித்தால்தான் ஒரு சமயம் உயிர்ப்புற்று விளங்-குமுடியுமென போலி வாதத்தை அது நம்பியிருக்கலாம். சைவத்தின் குலத் தாழ்ச்சிகளை பெரிய புராணம் கொண்டு விரிவாக ஆராயலாம்.

வேளாளர் — பிராமணர் — ஆதிசைவர் என மேற்குலத்தோர் செய்த அற்புதங்களை கீழ் குலத்தாரென இவர்கள் பட்டியலிடும் வேடர், பரதவர், குறுவணிகரிடம் ஒப்புநோக்கி பார்த்தால் மிக அபத்தமாக இருக்கிறது.

இதுபற்றியான தெளிந்த பட்டியலை இங்குக் காட்சிபடுத்துகிறேன்.

நாயன்மார் பெயர்	நாயன்மார் குலம்	அற்புதம்
மூர்க்க நாயனார்	வேளாளர்	தூதாடி அடியார் சேவை செய்தவர் தூதிலே மறுத்தவரை கத்தியால் குத்தினார்.
நமிநந்தி நாயனார்	பிராமணர்	சமணர் பரிகசித்ததால் தண்ணீரில் விளக்கேற்றியவர்.
முருக நாயனார்	பிராமணர்	பூமாலைகள் தொடுத்தவர்.
வாயிலார் நாயனார்	வேளாளர்	உள்ளத்தை கோயிலாக்கி மனதால் பூசை செய்தவர்.
பூசலார் நாயனார்	பிராமணர்	மனத்தால் கோவில் கட்டியவர்.
புகழ்த்துணை நாயனார்	ஆதி சைவர்	சிவாகம முறைப்படி அர்ச்சனை செய்தவர் - இதனால் இவர் பஞ்சம் நீங்கும்வரை சிவனருளால் தினமொரு காசு கிடைக்கப்பெற்றவர்.
குங்குலியக் கலயர்	பிராமணர்	தாலி விற்றுக் குங்கலிப் பணி செய்தவர் - இதனால் சிவன் அளப்பரிய செல்வம் தந்தார்.
சிறப்புலி நாயனார்	பிராமணர்	பஞ்சாட்சரம் செபித்து யாகம் செய்தவர்
உருத்திர பசுபதியார்	பிராமணர்	கழுத்தளவு நீரில் உருத்திர மந்திரம் செபித்தவர்
மற்றும் பல	...	...

உயர்சாதி அற்புதங்கள்

Ref. பெரியபுராண ஆராய்ச்சி (டாக்டர் இரா.மா)

உருத்திர பசுபதியார் எனும் பிராமணர் — கழுத்தளவு நீரில் மந்திரம் செபித்ததால் சிவனடி சேர்ந்தாராம். கண்ணப்ப நாயனார் எனும் பரதவன் கண்ணை இடந்து அப்பியதால் சிவனடி சேர்ந்தாராம். முதல் மீன் சிவனுக்கே என்றிருந்த போது — பொன்மீன் கிடைத்-

தபோதும் அதை சிவனுக்கு வழங்கிய பரதவ குல அதிபத்த நாயனார் ஒருபக்கம் —
சிவாகம முறைப்படி அர்ச்சனை செய்தலால், தினமொரு காசை சிவபெருமானிடமிருந்தே
ஈந்த ஆதிசைவர் — புகழ்த்துணை நாயனார் மறுபக்கம். இதில் சமத்துவம் எங்கு இருக்கி-
றது?

நாயன்மார் பெயர்	நாயனமார் குலம்	அறபுதம்
கண்ணப்ப நாயனார்	வேடர்	கண்ணை இடந்து அப்பியவர்.
புகழ்ச்சோழ நாயனார்	பேரரசர்	பகைவர் தலைகளுள் சிறிய சடையுடைய (அடியார்)தலை கண்டு - நெருப்பில் விழ்ந்தவர்.
சிறுத்தொண்ட நாயனார்	மாமாத்திரர்	பிள்ளைக்கறி சமைத்து அடியாருக்கு இட்டவர்.
கலிய நாயனார்	வாணியர்	மனைவியை விற்க முனைந்தவர்.
அரிவாட்டாயர் நாயனார்	வேளாளர்	பிரசாதம் சிந்திப் போகக் கழுத்தை அறுக்க முனைந்தவர்.
கலிக்கம்ப நாயனார்	வணிகர்	வேலையாள் பாதம் துலக்க நீர் விடத் தாமதித்த மனைவியின் கையை வெட்டியவர்.
இயற்பகை நாயனார்	வணிகர்	மனைவியை அடியாருடன் அனுப்பியவர். தடுத்த உறவினரைக் கொன்றவர்.
திருநீலகண்ட நாயனார்	குயவர்	திருவோட்டுச் சண்டை செய்தவர்
இளையான்குடிமாற நாயனார்	வேளாளர்	விதைத்ததைக் குற்றி - வீட்டு உத்திரம் முதலியன கொண்டு சமைத்தவர்.
அமர்நீதி நாயனார்	வணிகர்	அடியாருடனான கோவணச் சண்டையில் - அவர், மகன், மனைவி என எல்லோரும் ஏறி நின்றனர்.
அதிபத்த நாயனார்	பரதவர்	முதல் மீன் சிவனுக்கென விட்டவர். மீனே கிடைக்காமல் ஒரு பொன் மீன் கிடைக்க அதையும் சிவனுக்கு விட்டவர்.

தாழ்சாதி அற்புதங்கள்

தாழ்ந்த குலத்தினராதலால் கோவிலுள் வரவிடாதபடி செய்வித்து — தாழ்வு மனப்பான்மை யால் வெளிநின்று சிவனை வேண்டினார் என்னும் திருநாளைப்போவார் புராணத்தில் என்ன நீதி இருக்கிறது?

வயதிலும் அனுபவத்திலும் முதிர்ந்த அப்பர் பெருமான் இரண்டிலும் குறைந்த ஞானசம் பந்தரின் பல்லக்கு தூக்குவது — வேளாள அந்தண குல வேறுபாடே அன்றி வேறென்ன? இதை ஆய்வு நோக்கில் முன்வைத்தால் — இதெல்லாம் சுவர்கபுரியில் நிகழ்ந்தது போலவும் — பக்தி நனிச் சொட்ட அடிமைப் பணி செய்ததாகவும் யுடோப்பியன் மனப்பான்மையால் கம்பி கட்டும் கதையெல்லாம் அவிழ்த்து விடுவார்கள். நம் தமிழ்வெளியில் பக்தி இலக்கி யத்தை வரலாற்றுப் பூர்வமாக பார்க்காத வரையில் — அடிமைச் சங்கிலி அகலாது!

சேக்கிழாரின் சாதிய அமைப்பு

ஆய்வின் இறுதி அத்தியாத்தை நெருங்கி விட்டோம். இதெல்லாம் செய்ய வேண்டிய கடமை என சேக்கிழாருக்கு என்ன இருக்கிறது? சேக்கிழார் முன்வைக்கும் முட்டுகள் என்ன?

1. சேக்கிழாரின் பிற சமய நெருக்கடிகள் — அவரை சைவம் சார்ந்த பக்தி நனிச்சொட்டும் இலக்கியம் ஒன்றை எழுதித் தள்ளும்படி வற்புறுத்தியது.

2. சேக்கிழான் குலத்தோர் அரசு உத்தியோகத்தின் உயர் பதவிகளை வகித்து வந்த காலத்தில் — சமண எழுச்சியால் — சமணத் துறவியால் தம் குலத்திற்கு இழுக்கு ஏற்பட்டு மீண்டும் பின்தங்கிவிடுவோமோ என்ற அச்சப்பாடி நிலவியிருக்கும் வாய்ப்பு மிக அதிகம்.

3. சமணத்தின் வெற்றியை உற்று நோக்கிய சைவர்கள். குலவேறுபாட்டை — சாதி ஏற்றத்தாழ்வை — தொட்டுக் கொள்வதா? வெட்டிக் கொள்வதா? என்ற ஐயத்தில் உழன் றிருப்பர். இதை வெட்டிவிட்டால் சைவ சமயம் இருக்காது — தொட்டுக் கொண்டால் பின்பற்றநர் இருக்கமாட்டர். அப்போ என்ன செய்வது? அனைத்து சமயத்தாரும் விரும்பிக் கற்ற சீவக சிந்தாமணி போல் — அனைத்துச் சாதியினரும் விரும்பி ஏற்கும் பக்குவத்தை சைவத்தில் புகுத்தினர். அதை காலத்திற்கு ஏற்ப உணர்ந்த பெருமகன் சேக்கிழான் இராம தேவன் ஆனான்.

4. அனைவரும் ஏற்கும் பக்குவமா? அது என்ன? நான்கு வர்ணத்தாரும் நாயன்மார் ஆன கதை உண்டென்றால் — அனைத்துச் சாதியினரும் சிவனடி பொற்பாதம் அடைந் தவரென உண்மை நிரூபணம் ஆனால் — ஏகபோக சமயமாவதை இனி யாரால் தடுக்க முடியும்?

5. ஆனால் அதிலும் மிக நுட்பமாக ஆராய்ந்தால் — குலத்தாழ்ச்சியை சைவம் விட் டொழிக்காத கதை முந்தைய தலையங்கத்தில் மூலம் தெளிவுபெறும்.

6. இன்று வரை வேளாள குடிகளிடம் — சைவ மதம் செழிப்புற்று இருப்பதை நாம் காணலாம். சில குறிப்பிடத்தகுந்தோர் :

- வ.உ.சிதம்பரனார்.
- எம்.பக்தவச்சலம்.
- பி.டி.ராஜன்.
- பி.டி.ஆர். பழனிவேல்.
- கே.எஸ்.ரவிக்குமார்.
- கா.சு.பிள்ளை. ***(நபர் பட்டியல் விக்கீப்பிடியா தரவு மட்டுமே. மேலதிக சான்று தேவைப்படுகிறது)

"கங்க அரசனான இராசமல்லன் கீழ்த் தலைவனாய் இருந்த சாவுந்தராயன் சிரவண பெள்குளத்தில் கோமடேசுவரர் சிலை அமைத்தான். அவன் சாவுந்தராய புராணம் என்றும் திரிசஷ்டி லக்ஷண மகாபுராணம் என்றும் பெயர் வழங்கிய ஒரு கன்னட புராணத்தை கன்னட மொழியில் பாடினான். அது 24 தீர்த்தங்கர், 12 சக்கரவர்த்திகள், 9 பலபத்திரர், 9 வாசு-தேவர், 9 பிரதிவாசுதேவர் ஆக 63 பேர் வரலாறு கூறுவது. இதைச் சேக்கிழாரின் பெரி-யபுராணம் நினைவூட்டுகிறது" என நல்.முருகேச முதலியார் கூறுவது சேக்கிழாரின் சமய நெருக்கடி குறித்து இங்கு குறிப்பிடத் தகுந்தது.

செசைவர்களுக்கு சைவ நாயன்மார்கள் கதையாகப் பெரியபுராணம் இருப்பதுபோல, வைணவர்களுக்கு வைணவ ஆழ்வார்கள் கதைகளைத் தொகுத்து 'பக்த லீலாமிருதம்' என்ற நூல் இருந்துவருகிறது.

பெரியபுராணத்தில் 63 நாயன்மார்க் என்றால் —— பக்த லீலாமிருதத்தில் 82 ஆழ்வார்-கள். சைவ —— வைணவத்தில், நால்வர்களைப்போல —— ஆழ்வாராதிகளும் வேறு புத்த-கங்களில் (குருபரம்பரை) இருக்கின்றனர். நாயன்மார்களால் பாடப்பெற்ற சிவத்தலங்களைப் போலவே —— ஆழ்வாராதிகளின் மங்களாசாசனம் பெற்ற விஷ்ணு தளங்கள் பல இருக்-கின்றன. சைவ மடாதிபதிகளைப் போல —— வைணவ மடாதிபதிகளும் பலர் உள்ளனர். எனவே சமயப் போட்டி நிலவியமை மேலும் வலுவாகிறது.

முடிவு

பெரியபுராணம் சமய நெருடிக்கடியில் இயற்றப்பட்ட நூல் என்பது திண்ணம். மக்களை தன்-பால் ஈர்க்கும் பொருட்டு அனைத்து சாதி கதையாடல்களை —— சூசகமாக வெளிகொண்-டுவரும் வேளையில் மண்டைமேல் இருந்த கொண்டையை (சாதி —— குல வேறுபாடு) மறைக்க மறந்த சோகம் அம்பலமாகிறது.

෴

ஆதார நூல்வரிசை

1. சேக்கிழார் (ஆராய்ச்சி நூல்) —— டாக்டர் மா. இராசமாணிக்கனார்

2. பெரியபுராண ஆராய்ச்சி — டாக்டர் மா. இராசமாணிக்கனார்

3. இலக்கிய அறிமுகம் — டாக்டர். மா. இராசமாணிக்கனார்

4. தமிழ் இலக்கிய வரலாறு — 12'ம் நூற்றாண்டு — பாகம் 1 — மு. அருணாசலம்

5. சேக்கிழார் புராணம் — உமாபதி சிவம்

6. தேவாரம் — அப்பர்

7. பெரியபுராணம் — சேக்கிழார்

8. கதையல்ல நிஜம் — தமிழ்ச் சமய பிரச்சார பாரதி வெளியீடு.

9. Pazhasulapudhusu.in — Vicky Kannan

10. Pallavas of Kanchi — R. Gopalan

11. தமிழக வரலாறும் மக்களும் பண்பாடும் — டாக்டர். கே.கே. பிள்ளை

12. பெரியார் இன்றும் என்றும் — விடியல் பதிப்பகம்.

16

சைவ ஆலயத்தில் வழிபடப்படும், முஸ்லிம் மன்னன்

"The beauty of the world lies in the diversity of its people."

நரேந்திர மோடி இரண்டாவது முறையாக 'பிரதமர்' பதவியேற்ற பின் இந்துத்துவ அமைப்-பைச் சார்ந்தவர்கள் கும்பலாகச் சேர்ந்து இஸ்லாமியர்களைத் தாக்கி, "ஜெய் ஸ்ரீ ராம்" கோஷம் எழுப்பச் சொல்லும் கொடூரம் அதிகரித்துக் கொண்டே இருக்கிறது. மதவாத அரசி-யலை முன்னெடுத்து அரசு செயல்படுத்துவதாக சிறுபாண்மை மதத்தவர்கள் ஒரு புறம் போராடிக் கொண்டிருக்கின்றனர். இந்நிலையில் பழம்பெரும் சிறப்பு வாய்ந்த திருக்கோவில் ஒன்றில் முஸ்லீம் மன்னன் ஒருவனின் நினைவாக அனுதினமும் மாலை 5 மணிக்குச் சிறப்பு பூஜை நடைபெற்று வருகிறது. அதுவும் ஏறத்தாழ 230 வருடங்கள் அந்த சிறப்பு வைபவம் தடைபடாமல் தொடர்ந்து நடைபெற்று வருகிறது என்பது கூடுதல் சிறப்பு.

'சீலத்தவர் போற்றும் மேலைச் சிதம்பரமாம் மிக்கப் புகழ் பேரூர்' என்பது பிறவாநெறித் தளமான பேரூரைப் பறைசாற்றும் புகழ்மொழி. கி.பி. இரண்டாம் நூற்றாண்டில் முற்காலச் சோழர்களில் ஒருவனான கரிகாலனால் கட்டப்பட்டதே பேரூர் பட்டீசுவரர் ஆலயம். சைவ சமயக் குரவர்கள் நால்வருள் தேவார மூவரான திருஞானசம்பந்தர், திருநாவுக்கரசர், சுந்தரர் ஆகிய மூவராலும் தேவாரம் பாடப்பெற்ற திருத்தளமாக இக்கோயில் விளங்குகிறது. இந்தத் திருக்கோவிலின் வரலாற்றை கட்சியப்ப முனிவர், தம் 'பேரூர் புராணம்' என்னும் நூலில் குறிப்பிட்டுள்ளார். இத்தகு மேன்மை வாய்ந்த கோயிலில் தான் முஸ்லீம் மன்னனின் சிறப்பு பூஜை நடைபெற்று வருகிறது.

இலண்டன் அருகே உள்ள ரோடண்டா அருங்காட்சியகத்தில் திப்பு சுல்தான் பயன்-டுத்திய ஏவுகணைகள் பார்வைக்கு வைக்கப்பட்டுள்ளன. இதைப் பார்த்து மேனாள் குடியரசு

தலைவர் அப்துல் கலாமே வியந்துள்ளார்.

"மைசூர் புலி" என்று அழைக்கப்பட்ட திப்பு சுல்தான், 1782 ஆம் ஆண்டிலிருந்து 1799 ஆம் ஆண்டுவரை மைசூர் பகுதியை ஆண்டுவந்தான். போரில் முதன் முதலாக ஏவுகணைத் தொழில்நுட்பத்தை பயன்படுத்தியவனும் இந்த மன்னன் தான். இதைப் பிற்காலத்தில் ஆய்வு நடத்தி, திருத்தியமைத்து பிரிட்டன் பயன்படுத்தியது என்றாலும் ராக்கெட்டின் முன்னோடி திப்பு சுல்தான் என்பதே திண்ணம். இலண்டன் அருகே உள்ள ரோடண்டா அருங்காட்சியகத்தில் திப்பு சுல்தான் பயன்படுத்திய ஏவுகணைகள் பார்வைக்கு வைக்கப்பட்டுள்ளன.

இதைப் பார்த்து மேனாள் குடியரசு தலைவர் அப்துல் கலாமே வியந்துள்ளார். கோவையில் அமைந்துள்ள கோனியம்மன் கோவில் ஏறத்தாழ 13 ஆம் நூற்றாண்டளவில் கட்டப்பட்டது. அந்நாளில் அந்தக் கோவிலின் அறங்காவலர் குழுத் தலைவராக விளங்கியவர் திப்பு சுல்தானின் நெருங்கிய நண்பர் ஆவார். திப்பு தன் திக்குவிஜயத்தை கோழிக்கோட்டின் மீது 1790 ஆம் ஆண்டு செலுத்த எண்ணினான். அந்தச் சமயத்தில் திப்புவின் மகன் ஹைதர் அலி (ஷெகஷா ஹைதர் அலி, திப்புவின் தந்தை ஹைதர் அலி என்று குழம்பிவிட வேண்டாம்) இன்றைய ஒப்பணக்கார வீதியில் உள்ள ஒரு கோரியில் படித்து வந்ததால், கோழிக்கோட்டிற்கு படையெடுத்து செல்லும் முன் தன் மகனைச் சந்திக்க ஏற்பாடு செய்யுமாறு அறங்காவலரிடம் வேண்டுதல் வைக்கிறார்.

அப்போது அந்த அறங்காவலர் குறுக்கிட்டு, "நீங்கள் போரிடும் முன்னதாக இங்கிருந்து 3 மைல் தூரத்தில் உள்ள பேரூரில் பட்டிசுவரர் ஆலயம் ஒன்றுள்ளது, அங்கு சென்று சுவாமி தரிசனம் செய்துவிட்டு செல்லுங்கள். மிகவும் சக்திவாய்ந்த கடவுள் என்பதால் நிச்சயம் வெற்றி பெறுவீர்கள்", என்று கூறுகிறார். திப்பு தன் சிறுவயதிலேயே ஆன்மிக கல்வி நாடியதால், எம்மதமும் சம்மதமே என்ற மனோபாவம் கொண்டவராகவே வாழ்ந்து வந்தார். இருந்தும் நான் ஒரு முஸ்லீம் மன்னன், என்னை எப்படி அனுமதிப்பார்கள் என்று திப்பு பின்வாங்க, தான் அதற்கு வேண்டிய ஏற்பாடுகளை புரிவதாகவும், தங்கள் வருகை மட்டுமே போதும் என்றும் அறங்காவலர் நம்பிக்கை அளிக்கிறார். சரியென்று மாலை ஐந்து மணிக்கு தரிசனம் செய்ய திட்டத்தை ஊர்ஜிதப் படுத்தினர்.

கோயிலுக்கு வெளியே உள்ள கொடிமரத்திலிருந்து கருவறை வரைக்கும் தீவட்டி வெளிச்சத்திலேயே வெளியிலிருந்து சிவனை தரிசத்து போருக்கு சென்றான், திப்பு சுல்தான். போரில் மாபெரும் வெற்றிப் பெற்றதால் பாலக்காட்டில் ஒரு கோட்டையைக் கட்டி, அந்த வெற்றிக் களிப்போடு அந்த ஊரை கோவை மக்களுக்கு நிவந்தமாக அளித்தான். அவ்வாறு நிவந்தம் பெற்ற 84 சிப்பந்திகளில் இப்போது 37 சிப்பந்திகள் தான் கோயில் ஊழியங்களில் ஈடுபட்டு வருகின்றனர்.

திப்பு சுல்தான் மாலை ஐந்து மணிக்கு வந்து பூஜை செய்ததை நினைவிற் கொண்டு அன்றிலிருந்து இன்று வரை 'சாயரட்சை' என்று அழைக்கப்படும் சாயங்கால பூஜை அதே நேரத்தில் நடைபெற்று வருகிறது. கோயில் கொடிமரத்தை சுற்றியுள்ள பிரகாரத்தை மூன்று முறை தீவட்டியுடன் சுற்றி, மீண்டும் கருவறை சென்று சிவபெருமானுக்கு பூக்களால் அர்ச்சனை செய்துவிட்டு, கோயில் வாயிலில் மூன்று முறை கீழ்நோக்கியவாறு அந்தத் தீவட்டியை காண்பிப்பர். அதற்கென நியமிக்கப்பட்ட ஊழியர்கள் 'தீவட்டி சலாம்' எனப்படும் அந்த

பூஜையை பரம்பரைப் பரம்பரையாக செய்து வருகின்றனர். அரபு மொழியில் சலாம் என்றால் வணக்கம் என்று பொருள். இறைவனை திப்பு சுல்தான் வணங்கியதன் பொருட்டு இப்பெயர் வழங்கிவரல் ஆயிற்று.

எத்தனையோ கோயில்கள் முஸ்லீம் மன்னர்களால் சூறையாடப்பட்டாலும், இந்து — முஸ்லீம் என்றாலே எதிர்-எதிர் துருவம் என்று பார்க்கப்பட்டாலும், இந்த நிகழ்வில் எந்த தடுமாற்றமும் இல்லை என்று கூறுகிறார் மேற்குறிப்பிட்ட 38 ஊழியங்களுள் நாதஸ்வரம் வாசிக்கும் குடும்பத்தைச் சார்ந்த முதியவர் வேறெங்கும் வழக்கில் இல்லாத இத்தகுச் சிறப்பு மிக்க நிகழ்வு, இந்து முஸ்லீம் சண்டையைத் தூண்டி விட்டு அதனால் ஆதாயம் அடை- யும் அரசியல் கட்சிகளையெல்லாம் "தீவட்டி" ஏந்தி எரிக்க சொல்வது போல் அமைகிறது. வாழ்க மனிதம், வாழ்க இறைவம்.

17

புத்தனைக் கொன்ற பிக்கு

"Intellectual Crime is not only an offence, also a self-destructive weapon!"

அதீதப் பொழுதுகளில் அறிவுத் திருட்டை அநாயசப் பார்வையுடன் எந்தப் பரபரப்பும் இல்-லாமல் கடந்து விடுகிறோம் என்பதில் எப்போதும் எனக்கொரு கவலை உண்டு. அந்தவகை-யில் இந்திய வரலாற்றை அறிவுத் திருட்டால் சுவீகரித்துக் கொண்ட ஆரியர்கள், தங்களை அறியாமலே ஒரு சிலந்தி வலைக்குள் சிக்கிக்கொண்ட செய்தியைக் காலக் கரையான் இத்-தனைக் வருடங்களாக அரித்துவந்திருக்கிறது.

பெருமாளின் பத்து அவதாரங்களை தசாவதாரம் என்ற டெர்மினாலஜியால் குறித்தார்கள். பாகவத புராணமோ அவருக்கு மேலும் சில அவதாரங்கள் இருப்பதாக சான்று பகர்ந்தது. அந்நிலையில் சில வட-இந்தியர்கள் புத்தரும் விஷ்ணு அவதாரமாக தோன்றியவர் என்று புளுகு மூட்டினார்கள். அதன்மூலம் வைதீக மதத்தோடு பௌத்த கொள்கைகளை ஒன்றி-ணைக்க முனைந்தார்கள். அவ்வாறு ஒன்றிணைக்கையில் இலாவகமாக புத்தர் பரப்புரை செய்த வைதீக எதிர்ப்பு — ஜாதி ஒழிப்பு போன்ற கலன்களை கழட்டியெறிந்து, உயிர்க்-கொலை எதிர்ப்பான ஜீவகாருண்யத்தை மட்டும் ஏகமனதோடு ஏற்றுக் கொண்டது, ஆரியம்.

அன்றிலிருந்து இன்றுவரை ஆரியந்தான் பௌத்தத்தைப் பிளவுபடுத்தியது என்ற சர்ச்-சைப் பேச்சுக்கள் எல்லா சமயத்தாராலும் கிசுகிசுக்கப்படுகிறது. ஆனால் உண்மை என்ன? வேத நாகரிகத்தின் தொட்டிலாக விளங்கும் பிஹார் மாநிலமே, முந்தைய காலத்தில் பௌத்த விகாரங்கள் நிறைந்ததால் விஹார் என்றழைக்கப்பட்டு கால வெள்ளத்தில் நாசுழற்சியால் பிஹார் என்றானது என அறிவோம். வேத நாகரிகத் தொட்டிலையே விரலுக்குள் வைத்-தாட்டிய பௌத்தத்தை அத்தனை எளிதில் சாய்த்துவிட்டதா ஆரியம்? இல்லை. இருக்கவே முடியாது.

7-ம் அறிவு திரைப்படத்தில் வரும் போதிதர்மர் எப்படி வஞ்சத்தால் வீழ்ந்தாரோ, அதே நயவஞ்சகத்தாலும்; அதே அளவற்ற அன்பினாலும் தன் பிறந்ததேசமாகிய இந்தியாவினின்று பௌத்தம் பெயர்ந்துபோனது. நம்ப முடிகிறதா?

தமிழகமெங்கும் அதிக சிலைகள் அறிஞர் அண்ணாவிற்கு இருக்கிறது. இந்தியா முழுக்க அதிக சிலைகள் அம்பேத்கருக்கு இருக்கிறதாம். உலக அளவில் அதிக விக்ரஹங்கள், உருவ வழிபாட்டையே எதிர்த்த மகான் புத்தருக்கு இருக்கிறதாம். முரணாக இருக்கிறதல்லவா?

தன் வாழ்நாளின் இறுதி அத்தியாயத்தை கடக்கும்வரை ஓய்வறியாமல் உபதேசம் செய்துவந்தார் புத்தபிரான். அவரின் மறைவிற்குப் பிறகு, இன்றைக்குள்ள அதே கேவலவாத அரசியல் புத்த பிக்குகளின் வாயிலாகவும், விதி செய்த சதியினாலும் சிருஷ்டிக்கலானது.

புத்தமதப் பின்பற்றுநனான அசோகச் சக்கரவர்த்தி, அந்நிய தேசங்கள் வரை புத்தமத துறவிகளை நன்னிமித்தமாக அனுப்பிவைத்தான். அசோகன் நிறுவிய சர்வகாலசாலையில் சீன, கிரேக்க தேசத்துப் புரவலர்கள் படித்தவந்தனர். அசோகனின் இந்த இரண்டு போக்குமே புத்த மதத்தின் அழிவிற்கு அச்சாணியாக இருந்தது என்பது வரலாற்று விந்தை.

ஆம். அமைதி விரும்பி அசோகனின் நாட்டுச் சேனைகள் போருக்கே செல்லாததால், சண்டை செய்ய மறந்துபோயினர். இதை விளக்க ஒரு கதை சொல்கிறேன்.. இதே சமகாலத்தில் சீனாவை ஆண்ட சின் வம்சத்தினரின் வழிவழியாக வந்த ஷீ ஹிவாங் டி என்ற மன்னன் அவனுக்கு முந்தைய வரலாற்றை எல்லாம் ஒருபொட்டு இல்லாமல் அழித்தானாம்; கன்பூசியஸ் தத்துவங்களை சுவடு தெரியாமல் எறித்தானாம்; அதைத் தடுக்க விரும்புவோர் சடலங்களை மண்ணுக்குள் புதைத்தானாம்.. ஏன்? சீன வரலாறு அவனிலிருந்தே தொடங்கவேண்டும் என்று விரும்பினான் அவன். அவன் ஆசைக்கிணங்க சீன தேசமும் சின் வம்சத்தினரின் பெயரிலிருந்தே உதித்தது. (சின் — சீனா)

இதை ஏன் சொல்கிறேன் என்றால், சீன தேசத்திற்கே பெயர் கொடுத்த வம்சம் ஷீ ஹூவாங் டி இறந்த பின்னர் நாசமாகிப்போனது. சீன வரலாற்றிலேயே மிகச் சொற்ப காலம் அரசாண்ட வம்சம் சின் வம்சத்தினர் தான். காரணமும் சின் வம்சத்தினர் தான்! அசோகனின் சண்டை செய்ய மறந்த மௌரிய சாம்ராஜ்யம், சீக்கிரமே அந்நியப் படையெடுப்பால் பாழுடைந்துப் போனது. ஆனால் அதுவிட்ட வித்து நீர்த்துப்போகவில்லை.

கிட்டத்தட்ட கி.மு. 4-1 ஆம் நூற்றாண்டு வரை கிரேக்க, பாக்திரிய, ஹியூன, துருக்கிய படையெடுப்பால் ரத்தக்களரியானது வட மேற்கு இந்தியா. அதில் கி.மு. ஒன்றில் ஏற்பட்ட குஷாணப் படையெடுப்பு இங்குக் கருதத்தக்கது. குஷாணர்கள் கிரேக்க — துருக்கிய பகுதியினின்று வந்தவரென்றும்; மங்கோலிய இனத்தவரென்றும் ஒரு வாதம் உள்ளது. எப்படியிருப்பினும் அவர்கள் அந்நியப் பிரதேசத்தினின்றும் இந்திய வாயிலுக்குள் பிரவேசித்தார்கள் என்பது திண்ணம்.

கிரேக்கம் வரை அசோகன் அனுப்பிய வித்து வேலைசெய்யத் தொடங்கி முளை விட்டு விருட்சமான விடைதான் குஷாணப் படையெடுப்பு. ஆம். குஷாணர்கள் பௌத்த மதத்தை பின்பற்றினார்கள். புத்தர் மீது அதீத அன்பு செலுத்தினார்கள். கனிஷ்க மன்னன் பௌத்த மதத்தையும் — ஜொராஜ்டிர மதத்தையும் இருவேறாக பார்க்கவில்லை. சரி.. சம்பவம் இப்படியே நீண்டுகொண்டிருந்தால், பௌத்தத்தை பௌத்தமே அழித்த கதை எப்போ வரும்? வருணையும் பின்னொட்டுக் கதையும் சேர்க்காமல், நேரே சம்பவத்திற்கு வருவோம். கிரேக்க நாகரிகமும் திராவிட நாகரிகம் போன்றே தொன்மையானது, பழமையானது என்பதைத்தாண்டி சிற்பல ஒற்றுமைகள் ஒளிந்துள்ளன.

இரண்டும் கிராம நாகரிகமாக இருந்தது; இரண்டும் ஆரியப் படையெடுப்பிற்கு உட்-பட்டது; பின் நகர நாகரிகத்திற்கு ஆட்பட்டது; புராண பின்னணி கொண்டது; கலை — இலக்கிய சிறப்புப் பெற்றது. இப்படிப்பட்ட பின்னணியில் வந்த குஷாணர்கள், பௌத்தத்தை பௌத்தமாகவே ஏற்றுக்கொள்ளாமல்.. தங்களுக்கேற்ற சில திரிபுகளை முடிந்துகொண்டனர். அவற்றிலொன்று கிரேக்கருக்கே உண்டான சிற்பக் கலை வெளிப்பாடு.

பண்டைய கிரேக்கர்கள் சிற்பம் செய்வதில் வல்லவர்களாகவும், விருப்புக் கொண்டவர்-களாகவும் திகழ்ந்தார்கள். அது அவர்கள் வணங்கிய புத்தருக்கும் ஆகிவந்திருக்கக் கூடும். முதலில் புத்தருக்கு முன்பான போதி சத்துவர்களுக்கு விக்ரஹம் செய்தும்; பின்னர் புத்த-ருக்கு விக்ரஹம் செய்தும் வழிபட்டனர். உருவ வழிபாடுத் தொடங்கி, கொள்கை விளக்கம் வரை புத்தமதப் பின்பற்றுநர்களுக்கு நிறைய முரண் எழத் தொடங்கின. பரம பௌத்தர்களால் இவ்வேற்றுமைகளை ஏற்றுக் கொள்ள முடியவில்லை.

அமைதியியில்லா அந்தக் காலக்கட்டத்தில் பெரும்பூதமாக வெடித்துச் சிதறிய பௌத்-தத்தை இரண்டு பாத்திரங்களுக்குள் அடக்கிவிடலாம். ஒன்று மஹாயானம்(பெருவழி); மற்-றொன்று ஹீனயானம்(சிறுவழி). உண்மையில் புத்தர் கொள்கைகளை ஏற்று, பீகாரிலேயே தங்கியிருந்த பிக்குகளை பெருவழி பின்பற்றுநர் என்று அழைப்பதே உசிதமாக இருந்திருக்-கும். ஆனால் வைதீக தில்லுமுல்லு இங்குதான் தொடங்குகிறது. புத்தரின் பாதையினின்றும் தவறி, வைதீக வலைக்குள் சிக்கிய அற்ப பிரிவே மஹாயானம் என்ற பெருவழிப் பெயரால் அழைக்கப்படலாயிற்று.

அதற்கு உதவி செய்தோர் இருவர். இந்திய ஆரியரும், கிரேக்க குஷாணர்களும். இரு-வரும் மஹாயானப் பிரிவையே ஆதரித்தனர். இந்தியாவைப் பொறுத்த மட்டில் குஷாண அரசு ஆரிய ஆட்சிமுறையையே பின்பற்றியது. அதனால்தானென்னவோ 300 ஆண்டுகள் இச்சாம்ராஜ்யம் நீடித்திருந்தது. பணபலம், பொருட்பலம், அதிகாரப்பலம் ஆக அனைத்தும் கைவசமிருந்த ஆரியர்கள் மஹாயானப் பிரிவை முதலில் ஆதரிப்பது போன்று அரவ-ணைத்து, பின்னர் வைதீக மரபிற்குள் சுவீகரித்துக் கொண்டனர். பலருக்கு எழும் கேள்வி ஒன்றுண்டு.. பௌத்தம் ஏன் தென்னிந்தியாவில் பரவவில்லை?

மஹாயானம், ஹீனயானமாக பிரிந்த பௌத்தம் வட-இந்தியாவில் ஒன்றாக, தென்னிந்தி-யாவில் ஒன்றாக பயணித்தது. புத்த கொள்கை பின்பற்றநர்களான ஹீனாஸ் வடக்கிலேயே இருந்துவிட, மஹாயானாஸ் வைதீகப் போர்வை போர்த்திக் கொண்டு தென் இந்தியாவிற்கு வந்ததால், அடையாளங் காண முடியாமல்.. பௌத்த மதத்தை வைதீக மரபிற்குட்பட்டதா-கவே எண்ணி தென்னிந்தியர்கள் ஏமாற்றப்பட்டார்கள். ஆக எல்லாம் சேர்த்து கொண்டு-கூட்டிப் பார்த்தால், பௌத்த மதமானது பௌத்த மத பின்பற்றுநர்களாலேயே விஷம் ஊட்டி அழிக்கப்பட்டதென அறியமுடிகிறது.

ஆரியம் அழித்த வரலாறுகளில் ஒன்று, பௌத்தத்தை பௌத்தமே அழித்தது என்பதை மறைத்து, பௌத்தத்தை ஆரியம் மட்டுமே அழித்தது என்ற பாசாங்கு போர்வை. முத்தாய்ப்-பாக ஒன்றைச் சொல்லிக்கொண்டு விடைபெறலாம். பௌத்தத்தை அழிக்கக் கூட ஆரி-யம் இன்னும் வளரவேண்டும். பௌத்த மதத்தை அழிக்க வேறெந்த மதமும் நாகரிகம-டையயில்லை. சோகமென்றாலும் பெருமை கொண்டு சொல்லலாம், பௌத்தனை அழித்தது பௌத்தனே!

18

தொல்காப்பியன் எனும் டெக்னீசியன்

"தொல்காப்பிய மெய்ப்பாட்டியல் நூற்பாவின் அறிமுக செய்தியிலேயே இன்ற-
ளவும் அறிவியல் எட்டாத செய்திகள் இருப்பின் இன்னும் சில நூற்பாக்களை
அள்ளி வீசினால், அறிவியல் எனும் கடலை அமிழ்தினும் இனிதான தமிழ்
மூழ்கடித்து விடாதா?"

"தமிழன் என்று சொல்லடா.. தலை நிமிர்ந்து நில்லடா", "தமிழன் என்றொரு இனமுண்டு,
தனியே அவர்கொரு குணமுண்டு" போன்ற பண்பாட்டுப் பெருமைகளைப் பொதுவாக நான்
ஏற்பது இல்லை. மனதோடு சொல்லிப் பார்த்துச் சிலாகிப்பதோடு சரி. ஏன் என்றால் அதற்-
குக் கூறப்படும் காரணங்கள் நான் கொண்டாட ஏதுவாக இல்லையெனச் சொல்லிக்கொள்வது
உண்டு. இல்லையெனில் முன்னோர்களின் பெருமையை வரவேற்கும் அதே சமயம் அவர்க-
ளின் பாவ மூட்டைகளைச் சுமக்க வலு குன்றியுள்ளேன் என்று உணர்ந்து கொள்வதுமுண்டு.

ஆனால் கணீரென அறைந்தாற் போல், ஒரு செய்தியைப் படிக்க நேர்ந்த அந்தக் கணம்
அத்தனைப் பாசாங்கான பாங்கும் சுக்குநூறானது. தமிழில் இன்றளவும் நாம் அகழ்ந்துள்ள
மிகத் தொன்மையான நூல் தொல்காப்பியம். இந்நூலாசிரியரின் வயதைத் தாராளவாதியான
வெள்ளை வாரணாரின் கருத்துப்படி பார்த்தால், 3520 ஆண்டுகள் இருக்கும்.

மறுபுறம் வைதீக விஷமக்காரரான வையாபுரிப் பிள்ளையைத் துணைக்கு அழைத்துக்
கொண்டாலும் குறைந்தது 1700 வருடங்கள் பழமையானவர் தொல்காப்பியர். இன்றைய
காலகட்டத்தில் நேற்று வெளியான ஆய்வு முடிவை இன்று காலை வெளியாகும் மற்றொரு
முடிவு மறுத்தளிக்கிறது. இல்லை, திரிபு கூறுகிறது. ஆனால் 3000 ஆண்டுகளுக்கு முன்
ஒருவன் சொன்னது இன்றைய நவீன ஆராய்ச்சிகள் மூலம் துல்லியமாகத் தெளிவாகிறது
என்றால் எத்தனை அபாரமான மனிதனவன்!

நேற்றைய தினம் டைம்ஸ் ஆஃப் இந்தியா நாளிதழில் வெளியான கட்டுரை ஒன்றில் கூகுள் நிறுவன ஆராய்ச்சி முடிவு ஒன்று வெளியாகியிருந்தது. செயற்கை நுண்ணறிவைப் (Artificial Intelligence) பயன்படுத்தி மேற்கொண்ட அந்த உணர்வாராய்ச்சி முடிவு கிட்டத்தட்ட 3000 ஆண்டுகள் பழமையானத் தொல்காப்பிய மெய்ப்பாட்டியல் சூத்திரத்தோடு ஒத்திருந்தது உணரவொன்னா வியப்பளிக்கிறது.

வாய்மொழியும் எழுத்துமொழியும் புரியாத பொழுதெல்லாம் உணர்ச்சியும் மெய்ப்பாடுமே உலக மாந்தர்களை ஓர்குடைக்குள் இணைக்கிறது. கிட்டத்தட்ட 144 நாடுகளைச் சார்ந்த 60 லட்சம் காணொளிகளை ஆய்வுக்கு எடுத்துக்கொண்ட கூகுள் நிறுவனம், உலகளாவிய மாந்தர்களிடையே குறிப்பிட்ட சூழ்நிலைகளில் சுமார் 16 மெய்ப்பாடுகள் ஒரே வண்ணம் இருப்பதாகத் தெரிவித்துள்ளது.

பேராசிரியரான டாக்டர். ஆலன் கூறும்போது, "அன்றாட வாழ்வில் மக்களின் சமூக பாவனைகள் பலவிதக் கோணங்களில் மாறுபடுகிறது. உலக அளவில் மேற்கொள்ளப்பட்ட மிகப் பெரிய அளவிலான மெய்ப்பாட்டு ஆராய்ச்சி இதுவே. பல்வேறுபட்ட சமூக சூழல்களில், சிக்கல்களில் மனித முகம் எவ்வாறெல்லாம் மாறுபடுகிறது என்பதிலிருந்து ஆராய்ச்சியைத் தொடங்கினோம். அதன் மூலம் கலாச்சாரக் கலப்பு மனித உணர்ச்சிகளில் எவ்வாறெல்லாம் ஊடுருவியிருக்கிறது என்று விஞ்ஞானம் கணித்ததை விட உயர்வாகவும் சிக்கலாகவும் ஆக்கியிருக்கிறது இவ்வாராய்ச்சி" என்கிறார். இவர் கலிபோர்னியா பல்கலைக்கழகத்தில் உணர்வியல் விஞ்ஞானியாகப் பணிபுரிந்து வருகிறார்.

நேச்சர் என்ற இதழில் வெளியான இவ்வாய்வின் மூலக் கட்டுரையில், "உலக நாடு-களை 12 பாகங்களாகப் பகுத்துக் கொண்டதில், 70% மக்களுடைய ஒருமித்த சம்பவங்களின் மெய்ப்பாடு ஒத்திருந்ததைக் காண முடிகிறது. சொல்வதென்றால், சிரிப்பூட்டும் காணொ-ளிகளைக் காணும் பார்வையாளர்கள் நகைச்சுவையை வெளிப்படுத்துவர்; வானவேடிக்கை காண்பவர்கள் மருட்கை வெளிப்படுத்துவர்; தற்காப்புக் கலைகளைக் காணுகிறபோது பெருமி-தச் சுவையும், வன்முறைக் காட்சிகளைக் காணுகிற போது அச்ச மெய்ப்பாடும், விளையாட்-டுக் காணொளியோ — இசைக் கச்சேரியோ காணும்போது உவகைச் சுவையும் வெளிப்ப-டுத்தல் காண்கிறோம்" என்று முடிபொருங்கப் பதிப்பித்துள்ளனர்.

கூகுள் நிறுவனத்தின் ஆய்வு முடிவை இவ்வளவில் நிறுத்தி வைத்து நிரல் பட ஒரு சமன்பாட்டுக்கு வருவோம். தொல்காப்பிய பொருளதிகாரத்தின் ஆறாம் ஒத்தாக விளங்கும் மெய்ப்பாட்டியலின் முதல் சூத்திரம் இதுதான்.

> "பண்ணைத் தோன்றிய எண் நான்கு பொருளும் கண்ணிய புறனே நால்
> நான்கு என்ப"

விளையாட்டு ஆயத்தின்கண் தோன்றிய முப்பத்திரண்டு பொருளையுங் குறித்ததன் புறத்து நிகழும் பொருள் பதினாறே மெய்ப்பாடு ஆகும் என்பது இதற்குப் பொருள். அதாவது உணர்ச்சி இரண்டு வகைப்படும்.

சான்றாக, சுந்தரா டிராவல்ஸ் என்ற திரைப்படத்தில் சிரிப்பு வெடிப் போட்ட காட்சி ஒன்றை மேற்கோள் காட்டலாம். முரளிக்கும் வடிவேலுவிற்கும் சண்டை முத்திப்போக போலீஸ் வீட்டிற்குள் நினைவிழந்து சென்று விடுவர். கிட்டத்தட்ட 10 நிமிடங்களுக்கு என்ன நடக்கிறது என்றே தெரியாமல் பொல்லாதச் சேட்டையெல்லாம் செய்து வீட்டைத் துவம்சம் செய்துவிடுவர். அப்போதுதான் வினுச் சக்கரவர்த்தி வீடென்பதையே உணர்வார்கள். உடனே முரளி-வடிவேலு கோஸ்டியை வினுச்சக்கரவர்த்தி துரத்த, வயிறு வலிக்கும் காட்சிகள் இன்ப வற்புறுத்தலோடு கண் பார்வையில் ஏற்றப்படும்.

பெட்ரூமில் நுழைந்த வடிவேலு ஆடாமல் அசையாமல் சிலைபோல நிற்க, மூக்கிற்குள் குச்சி விட்டு ஆட்டும் முரளி வலையில் சிக்கிக்கொண்டு தும்மலைப் போட்டுத் தள்ளுவார். இங்குதான் நான் மெய்ப்பாடு வகுப்பு எடுக்க விரும்புகிறேன். தும்மல் என்பது உள்ளார்ந்த வேதியியல் வெடிப்பு. இதுவே குறிப்பு எனப்படும். ஆனால் அசட்டு சத்தம் போட்டு, உடல் குலுங்கி புற உடலில் மாற்றந் தெரிய வெளிப்பட்டு வருகையால் அதுவே மெய்ப்பாடு ஆகி-றது (மெய் — உடல்; மெய் படுதல் — மெய்ப்பாடு) ஒருவாறாக இப்போ புரிகிறது அல்-லவா?

இன்னும் இல்லையா.. பொறுங்க!

பாம்பு என்றால் படையும் நடுங்கும் என்பார்கள். அந்த அளவிற்குப் பாம்பென்றால் பயமென்று ஒவ்வொரு மனித மரபணுவும் கற்றுவைத்துள்ளது. சிலருக்குப் பாம்பு என்ற பெய-ரைக் கேட்டாலே உள்ளுக்குள் ஒரு குரோத எண்ணம் அச்சமென்னும் போர்வைப் போர்த்தி வருமில்லையா? அது குறிப்பு. அதுவே கண்ணோடு கண்ணாக நேரடியாகப் பாம்பைப் பார்க்-கும் போது உடல் நொடித்து; இதயம் வெடித்து ஓடிப்போவோமே அது மெய்ப்பாடு! இதைத்-தான் தொல்காப்பியர் சொல்கிறார், "உள்ளத்தில் தோன்றும் குறிப்போடு = 32.. புறத்தே தோன்றும் மெய்ப்பாடு மட்டுமென்று கருதினால் நானாக்கு = $(4*4)$ அதாவது 16."

ஷ்ஷ்ஷ்ப்பா.. 3000 ஆண்டுகளுக்கு முன்னால், ஏதோவொரு இனமழிந்துபோன மரத்-தடியில் வேலைக்கெட்ட இந்த மனுஷன் எழுதின இந்தச் சூத்திரம் சொல்லும் செய்தியைத் தான் உலகின் மிக முன்னணி டெக் நிறுவனமான, கூகுள் இயந்திரக் கைப் பொறுத்திய செயற்கை நுண்ணறிவின் உதவியோடு கண்டுபிடித்துவிட்டேன் எனத் தம்பட்டம் அடித்துக் கொள்கிறது. தொல்காப்பிய மெய்ப்பாட்டியல் நூற்பாவின் அறிமுகச் செய்தியிலேயே இன்-றளவும் அறிவியல் எட்டாதச் செய்திகள் இருப்பின், இன்னும் சில நூற்பாக்களை அள்ளி வீசினால் அறிவியல் எனும் கடலை அமிழ்தினும் இனிதான தமிழ் மூழ்கடித்து விடாதா?

இனிய

19

பழங்குடிகளுடன் ஓர் பயணம்

இந்தியாவில் பல்விதமான பழங்குடியின மக்கள் இன்றளவும் வாழ்ந்து வருகிறார்கள். பந்நூறு சமூக ஏற்றத்தாழ்வுகளைத் தாண்டி இன்னும் விநோதமான பழக்க வழக்கங்களை முதுகுடி-யாய் தன் முதுகு மேல் சுமந்து வருகிறார்கள்.

அப்படியாக நீலகிரி மாவட்டம் பந்தலூர் சுற்றுவட்டத்தில் கொளப்பள்ளி — தட்டாம்-பாறை — முறுகம்பாடி, கோட்டப்பாடி — வட்டக்கொல்லி போன்ற பகுதிகளில் வசிக்-கும் குறும்பர், பணியர் சமூக ஆதிவாசிகளை தனிப்பட்ட முறையில் நெடுங்காலமாக நான் அறிவேன். அங்கன்வாடி சென்ற காலந்தொட்டே ஆதிவாசி சமூக நண்பர்களுடன் சேர்ந்து விளையாடியிருக்கிறேன். ஒரு கட்டத்தில் தமிழ் மொழி மறந்து — அவர்கள் பாஷையில் பேசத் தொடங்கிவிட்டேனாம். அவர்களின் அந்நியப்பட்ட வாழ்க்கையை வரலாற்று ஏடுக-ளின் வெறுங்கனவு பக்கங்களில் தான் நாம் புரட்டிப் பார்க்கமுடிகிறது.

பழங்குடியினர் என வகைப்படுத்தப்பட்ட இவர்கள் தங்களுக்கென்று தனித்த நாகரிகம், தொன்மையான கலாச்சாரம், மொழி, பழக்கவழக்கம் என்று காலம் காலமாக பின்பற்றி அதை சார்ந்தே தங்களின் வாழ்க்கையை நகர்த்தி வருவதாக வெளியுலகம் வியந்து பார்க்-கின்ற அதே சூழலில் — அவர்களின் சொல்லொண்ணா துயரங்கள் சபையேறாமலே செத்து மடிவதை யார் அறிவார்கள்.

நகர்புறத்துச் சிறார்களின் மேசைத்தட்டு ஆசைக்கூட இவர்களின் நூற்றாண்டுகால கனவாய்த்தான் இருக்கிறது. சமூக உரிமைக்கும் — சமுத்துவ உரிமைக்கும் மறைமுகமாக போர்த்தொடுத்து வரும் இம்மண்ணின் பூர்வகுடிகளுடன் இப்பேட்டியில் பயணம் செய்வோம்..

என் பால்யகாலத்து நெருங்கிய நண்பர்களான ராஜேஷ், அஜேஷ், கரியன், தொப்பன், சிவன், பிந்து, ரீனா, சீனா, மாலு, ரதி, கிருஷ்ண குட்டி போன்றோருக்கு இக்கட்டுரைப் பேட்டி சமர்ப்பணமாகுமாக.

வணக்கம் ஐயா. நீங்க என்ன வேலை செய்றீங்க?

ஜீவனேயத்துக்காக விவசாயம் பண்ணுவோம். வீட்டு வேலை பார்ப்போம். தேன் எடுக்கு-றது — மீன் பிடிக்கிறது — கால்நடை மேய்க்கிறது'னு வாழ்க்கை ஓடும். அப்பப்ப வேட்-டையாடுவோம். கெழங்கு தோண்டியெடுத்து மார்க்கெட்ல வித்திடுவோம்.

ஏன் உங்க பசங்களை யெல்லாம் ஒழுங்கா படிக்க வைக்க மாட்றீங்க? இங்க இருக்க வயசு பசங்க எல்லோரும் சராசரியா அஞ்சாவது வரைக்கும்தான் படிக்கிறாங்க! ஏன் இப்படி?

நாங்களும் படிக்க வைக்க தயாராதான் இருக்கோம். ஆனா சிறுசுலயே வெத்தல போடுது. அப்பறம் பாக்கு — தண்ணி'னு 12-15 வயசுலயே புத்திமாறி போயிடுது. அப்பறம் நான் படிக்கமாட்டேன்'னு சொல்லிட்டு ஸ்கூலுக்கும் போறதில்ல. நாங்களும் சொல்லிப்பாத்-துட்டோம். எங்கல்ல யாருக்கும் படிப்பே வரதில்ல (என்று அவர் வெள்ளந்தியாக சிரிக்கும் சிரிப்பில் அத்தனை வேதனை)

ஐயா.. சரி சொல்லுங்க, காலையில எழுந்ததுல இருந்தது என்னெல்லாம் பண்ணுவீங்க?

ஹா.. பல்லு வெலக்கிட்டு முன்னோரையெல்லாம் கும்பிடுவேன். அப்பறம் குலதெய்வம் கும்பிட்ட பின்னாடி கூடயிருக்க சொந்த பந்தமெல்லாம் ஒன்னுக்கூடி உக்காந்து கொஞ்சநேரம் எதாச்சு பேசுவோம். அப்பறம் சாப்பிட்டு வேலைக்கு போயிடுவோம். கிழங்கு தோண்டுவோம். எதுவும் ஆப்படல'னா வேட்டைக்கு போவோம். முயலும் காட்டுக்கோழியும் புடிப்போம். ஒரு 6 மணிபோல மறுபடியும் வீட்டுக்கு வந்துருவோம்.

ஆஹ்ம். வீட்டுக்கு வந்துட்டு — இராத்திரிக்கு என்ன சாப்பிடுவீங்க?

ஒவ்வொருநாளும் ஒவ்வொரு மாதிரி. பொதுவா கீரை,கிழங்கு, ஞெல்லி (நண்டு) மீன் இதெல்லாம் அதிகமா சாப்பிடுவோம். கீரைகள்'ல தொந்தொழி, பொன்னக்கணி (நம் ஊர் பொன்னாங்கண்ணி) பண்டேக்கரி, கொள்ளரப்பி, சாத்தேகரி, வாழைத்தண்டு'லாம் சாப்புடு-வோம்.

அடடே கீரை பேருலாம் புதுசு புதுசா இருக்கே. எல்லாம் காட்டுல பறிக்கிறது இல்லீங்-களா?

சரி இதெல்லாம் எப்படி சமைப்பீங்க?கீரைப் பொரியலுக்கு இலையை பொறிச்சு கழுவி வச்சுப்போம். பின் காந்தாரி மிளகாய், வெங்காயம் இரண்டையும் நல்லா அம்மி'ல போட்டு அரைச்சு அதை தனி பாத்திரத்தில வச்சுப்போம். வடசட்டியில் தேங்காய் எண்ணெய் ஊத்தி கடுகு, அரைச்ச காந்தரியோட கீரையும் போட்டு வணக்கி சாப்பிட்டா என்ன ஒரு ருசி தெரியுங்களா? நீங்க மூங்கில் குருத்து சாப்பிட்டிருக்கீங்களா? நல்லா சீவி அதைக் கழு-வியெடுத்து ஒரு பாத்திரத்தில் நீர் ஊற்றி அவிப்போம். அவிச்ச பின்னாடி அதை எடுத்து நல்லா பிசைஞ்சு அதிலுள்ள தண்ணீரை தனியா எடுப்போம். தண்ணியை வடிகட்டாட்டி — அதுல கசப்பு தங்கிரும். இடிச்சுயெடுத்த மிளகாய்ப் பூண்டு இரண்டை மேலாப்புல வனக்குன மாதிரி பிரட்டி எடுத்தா பொரியல் — அதாவது மூங்கிக் குருத்துப் பொரியல் தயார்.

உங்க சாப்பாடே தினுசா இருக்கு. பண்டிகை காலமெல்லாம் வந்தா கையில பிடிக்க முடியாது போல. (எனச் சொல்ல சிரித்துக் கொண்டே தொடங்குகிறார்.)

உங்களுக்கு தீபாவளி'னா எங்களுக்கு புத்திரி பண்டிகை. விஷ, ஓணம் சங்ராந்தி விழாக்கள்'லாம் கணபதிக்காக கொண்டாடுறோம். விஷ'க்கு புதுத் துணி போடுவோம். ஓணம், விஷ பண்டிகையெல்லாம் காலங்காலமா நாங்க கொண்டாடுனது இல்ல. ஆனா இதுக்-கெல்லாம் அரசு விடுமுறை கொடுக்குது. எங்களோட முக்கிய விழாவான "புத்திரி" க்கு

அரசு விடுமுறை கொடுத்தா சந்தோஷமா இருக்கும். குறும்பர்களையும் இந்த நாட்டு மக்-களா பாக்கணும். பழங்குடி பண்டிகைக்கு அரசு விழா எடுக்குமா?

(அசுடு வழிந்த முகத்தோடு மேலும் தொடர்ந்தேன்) நீங்க கும்பிடுற தெய்வம் பற்றி சொல்லுங்களேன்..

மாரியம்மன், தம்புராட்டி, காளி, குளியன், மாரிபுளி. காவல்தெய்வம்'னா அது அர்-ஜனர். குளியனை நம்பித்தான் 'பணியர்கள்' நாங்க வாழ்ந்திட்டு இருக்கோம். எங்க முன்னோர் சொல்லுவாங்க, "இராத்திரி நேரத்துல கால், இடுப்பு, கழுத்து'ல எல்லாம் சலங்கைக் கட்டி வீடுவிடாக குளியன் வலம்வருவான். சத்தத்தை கேட்கவே அவ்வளோ பயமா இருக்கு-மாம்." குளியன்தான் எங்க குலதெய்வம். இங்கு உள்ள குளியன் எங்க எல்லார் உடம்பையும் நோயில்லாம பாத்துக்குறான்.

ஓஹோ. குளியனை எப்போலாம் பார்க்க போவீங்க?

வருஷத்துக்கு ஒரு தடதவதான் அங்க போவோம். காலையில குளிச்சுத் தயாராகிப்போம். அங்க, கல்லுல செதுக்குன தீபம் ஒண்ணு இருக்கும். அதில் விளக்கேத்தி, தேங்காய் —— ஊதுபத்தி —— பச்சரிசி வைச்சு வழிபடுவோம். கொண்டுபோற தேங்காயை வச்சே உண்மை-யெல்லாம் தெரிஞ்சுப்பான் எங்க குளியன். ரொம்ப சக்திகாரன்.

சரி உங்க குடும்பத்தைப் பற்றிச் சொல்லுங்களேன் (என்றதும் கரியன் எங்களை கடந்-துசென்றார். எதோ சொல்ல முற்பட்டவராய் மீண்டும் பின்வந்து —— இந்தக் கேள்விக்கு கரியன் பதிலளித்தார்)

ஒவ்வொரு வீட்டுலயும் 5-6 குழந்தைகள் இருப்பாங்க. ஏன்னு தெரியல எங்களை எல்-லோரும் பெரிய குடும்பம் —— பெரிய குடும்பம்'னு சொல்லுவாங்க. நான் தெனைக்கும் 8 கிலோ மீட்டர் நடந்து டவுனுக்குப் போவேன். என் போவேன்'னு எனக்குந் தெரியாது. ஆனா போவேன்.

8+8= 16 கிலோமீட்டர் வெறுமனே நடக்குறதுக்கு பதிலா வண்டியில போலாமே?

அதுக்கு காசு வேணுமே. இல்லாட்டியும் நடக்குறதுதான் எனக்கும் புடிச்சிருக்கு. விரும்-புனமட்டும் நடப்பேன் (என்று சொல்லிக்கொண்டே நகர்ந்தார்)

நீங்க சொல்லுங்க ஐயா. ஏன் உங்க சமூகத்துல இவ்வளோ ஏழ்மை இருக்கு?

நான் சிறுசா இருக்கும்போதெல்லாம் எங்க அப்பா —— அம்மா காலத்துல செட்டியார்-கிட்ட அடிமையா இருந்தோம். காலையில இருந்து சாயந்தரம் வரைக்கும் ஓடா தேஞ்சு வந்த பொறவும் ஒரே ஒரு படி நெல்லு தருவாங்க. வேலை செஞ்சு வந்த அதே கையோட உரல்'ல போட்டு இடிச்சு சோறு பொங்கித் திண்போம். அவங்க சொல்ற எல்லா வேலையுமே செஞ்சோம். இத்தனைக்கு எங்கள்ல'யே ஒருத்தர தலைவரா போட்டு —— எங்காளுங்களை வேலை வாங்குவாங்க. அதெல்லாம் ரொம்ப கொடுமையா இருந்துச்சு. இப்ப எவ்வளவோ தேவலாம். மத்தவங்களுக்கு 500ரூ. கூலி கொடுத்தா, எங்களுக்கு 430-450ரூ கொடுக்குற வரை நிலை மாறியிருக்கு.

உங்க சமூகத்துல பெண்கள் அணியிற உடை வித்தியாசமா இருக்கே அம்மா?

அத நாங்க "தீரி"னு சொல்லுவோம். ஒரு பொண்ணு வயசுக்கு வந்தபின்னிருந்தே 'தீரி'தான் அணியனும். கடவுளை வணங்கும் போது இந்த உடையில் இருக்குறது எங்க சம்-பிரதாயம்.

அது கவர்ச்சியா இருக்க மாதிரி தெரியலயா?

ஆனா.. எங்க சமூகத்து'ல பாலியல் தொல்லை அவ்வளவா இல்லையே!

ஹாஷ். கொண்டாட்டம்'னு வந்துட்டா இராத்திரி பகல் பாக்காம — ஒரே ஆட்டம் பாட்டமா இருக்கே?

ஆமா. இசைக்கருவியா கழல், தவல், தாளம், பறை, நாதம் இருக்கு. நீங்க சொல்ற ஆட்டம் பேரு 'வாக்கட்டி'. ஒருத்தர் பின்னாடி ஒருத்தரா வரிசையா நின்னு ஆடுவோம்.

சின்ன வயசுல இருந்தே எனக்கு நிறைய தாக்கத்தை ஏற்படுத்துனது உங்க மொழிதான். கொஞ்சம் அதுல பேசிங் காமிங்களேன்..

1. ஏய் நீ எடக்கு போய்ன்டாய் ? (நீ எங்க போற.)

2. ஈடக்கு பாதா (நீ இங்க வா)

3. நின் பேர் எந்தி ? (உன் பெயர் என்ன?)

4. கல்சா காணி? (உனக்கு வேலை இல்லையா?)

5. ஏன்னு பேக்கு? (என்ன வேணும்)

6. எத்துருப்பாய் எழா. (பத்து ரூபாய்க்கு வெற்றிலை வேண்டும்.)

ரொம்ப சந்தோஷம் ஐயா. நீங்க திருப்தியா வாழ்றீங்களா? அரசுகிட்ட இருந்து என்ன எதிர்பார்க்குறீங்க?

எங்களுக்கு ஓட்டுரிமை இருக்கு. நாங்கள் பத்து வருஷமா கேட்ட ஒரு வேலையும் முழுசா நடக்கல. இதுக்கு முன்ன இருந்த திமுக ஆட்சியில கலைஞர் எங்களுக்கு மின்சா-ரம், சாலை வசதி, வீட்டு வசதியெல்லாம் பண்ணிக் கொடுத்தாரு. அதுக்கப்பறம் யானைங்க வீட்டை இடிச்சு சேதம் பண்ணிடுச்சு'னு சொன்னோம். இது வரை எங்களுக்கு அத சரி-செஞ்சுத் தரவேயில்லை. VAO வந்து பார்த்தார். இரண்டு நாள்ல அவரை ஈரோட்டுக்கு மாத்திட்டாங்களாம். இன்னைக்கு வரைக்கும் அது அப்படியே நிக்குது. இப்போ புதுசா வந்த திமுக ஆட்சியில வீடு கட்ட பேரு எழுதிட்டுப் போயிருக்காங்க. அப்பா செஞ்சதை பையனுப் செய்வாரு'னு நெனக்கிறோம். பார்ப்போம்.

(என்று தன் நீண்ட உரையாடலுக்கும் — நீண்ட பயணத்திற்கு முற்றுப்புள்ளி வைப்-பதாய் கூரிய பார்வை ஒன்று பார்த்தார். இந்நாளுக்கான எல்லா சங்கதியும் முடிந்ததென்று திருப்தியோடு கிளம்பினேன்)

அக்னி

20

அகத்தியரின் மாணவரா தொல்காப்பியர்?

முன்னுரை

நமக்குக் கிடைக்கப்பெறும் தமிழ் இலக்கண நூல்களில் மிகப் பழமையானது தொல்காப்பியம். இதனைச் செய்தவர் தொல்காப்பியர். தொல்காப்பியத்திற்கு முன் தோன்றிய இலக்கண நூல் அகத்தியம் என்றும், அந்நூலை இயற்றியவர் அகத்தியர் என்றும் குறிப்பிடுகின்றனர். அகத்-தியரின் மாணவர்கள் பன்னிருவர் என்றும், அவர்களில் ஒருவரே தொல்காப்பியர் என்-றும் மாபெரும் மாட்சிமை பொருந்திய கதையாடல்கள் நம் தமிழ் சமூக வரலாற்றின் மீது படர்ந்துள்ளது. அகத்தியரையும் தொல்காப்பியரையும் இணைத்து எவ்வாறு முடிச்சிடுகிறார்-கள் என்பது பற்றியும், முடிச்சிடும் பின்புலத்திலுள்ள சமய அரசியல் பற்றியும் அம்முடிச்சுகள் கட்டவிழ்க்கப்பட்ட முறை பற்றியும் பின்வரும் கட்டுரையில் விளக்கியுரைக்கப்படுகிறது.

ஆய்வுத் தலைப்பு

அகத்தியரின் மாணவர் தொல்காப்பியர்-புரட்டுக் கதை யாடல்கள் கட்டுடைப்பு என்பது இவ்-வாய்வின் தலைப்பாக அமைகிறது.

ஆய்வுச் சான்றாதாரங்கள்

முதன்மைச் சான்றாதாரங்கள் : தொல்காப்பியமும், தொல்காப்பியத்திற்கு பின்தோன்றிய இலக்கண நூல்களும் இவ்வாய்விற்கு முதன்மைச் சான்றாதாரங்களாக அமைகின்றன.

துணைச் சான்றாதாரங்கள் : இணைய வழித் துணுக்குகளும், தமிழ் அகராதி விளக்-கங்களும், அறிஞர்களின் பேருரைகளும் இவ்வாய்விற்கு துணைமைச் சான்றாதாரங்களாக அமைகின்றன.

ஆய்வு அணுகுமுறை

வரலாற்று முறை மற்றும் விளக்கமுறை போன்ற திறனாய்வு முறைகள் இவ்வாய்வில் எடுத்-
தாளப்படுகிறது. கருத்தரங்கப் பொருண்மை பாடத்திட்டம் சார்ந்து அமைய வேண்டும் என்று
கூறியதனால் தொல்காப்பியச் சிறப்புப் பாயிரத்தில் இருந்து புரட்டுவோம்.

பாயிரம் விளக்கம்

பாயிரம் என்பது நூலிற்கு முன்னுரை போல் அமையும் பகுதியாகும். இது பாடலாக அமைந்-
திருத்தல் மரபு. பாயிரம் பொது சிறப்பெனவிரு பாற்றே. (நன்னூல் எழுத்து -2) பாயிரம்
பொதுப்பாயிரம், சிறப்புப்பாயிரம் என இருவகைப்படும் என்று பவணந்தியார் சுட்டுகிறார்.
முகவுரை பதிகம் அணிந்துரை நூன்முகம் புறவுரை தந்துரை புனைந்துரை பாயிரம். (நன்-
னூல் எழுத்து -1)

போன்றவை பாயிரத்திற்கான வேறு பெயர்கள் என நன்னூல் நவில்கின்றது.

சிறப்புப் பாயிரம் விளக்கம்

சிறப்புப் பாயிரம் என்பது, ஒரு குறிப்பிட்ட நூலுக்கு மட்டும் சிறப்பாகப் பொருந்தும் விடயங்-
களை உள்ளடக்கிய ஒரு பாயிர வகை ஆகும்.

தொல்காப்பிய சிறப்புப்பாயிரம் :

> "வடவேங்கடம் தென்குமரி ஆயிடைத்
> தமிழ்கூறு நல்லுலகத்து
> வழக்கும் செய்யுளும் ஆயிரு முதலின்
> எழுத்தும் சொல்லும் பொருளும் நாடி
> செந்தமிழ் இயற்கை சிவணிய நிலத்தொடு
> முந்துநூல் கண்டு முறைப்பட எண்ணிப்
> புலம் தொகுத் தோனே போக்கறு பனுவல்
> நிலந்தரு திருவிற் பாண்டியன் அவையத்து
> அறங்கரை நாவின் நான்மறை முற்றிய
> அதங்கோட்டு ஆசாற்கு அரில்தபத் தெரிந்து
> மயங்கா மரபின் எழுத்துமுறை காட்டி
> மல்குநீர் வரைப்பின் ஐந்திரம் நிறைந்த
> தொல்காப்பியன் எனத் தன்பெயர் தோற்றிப்
> பல்புகழ் நிறுத்த படிமை யோனே"

ன்னும் தொல்காப்பியப் பாயிரத்தை பனம்பாரனர் யாத்துள்ளார்.

இப்பாயிரத்தில் 'முந்துநூல் கண்டு முறைப்பட எண்ணி' என்ற வரியொன்று இடம்பெற்றுள்ளது.

தொல்காப்பியத்தில் இடம்பெற்றுள்ள என்ப, மொழிப, என்மனார் புலவர் போன்ற சொல்லாடல்களின் வாயிலாக தொல்காப்பியத்திற்கு முன்பே இலக்கண நூற்கள் இருந்தமை புலப்பாடு. தொல்காப்பியர் எறத்தாழ இருநூற்று அறுபதிற்கும் மேற்பட்ட இடங்களில் என்ப, மொழிப போன்ற சொல்லாடல்களைக் கையாண்டுள்ளார் .

முந்துநூல் என்று பனம்பாரனார் அகத்தியத்தைத்தான் குறிப்பிடுகிறார் என்ற கருத்தியல் நம் சமூகத்தில் சுற்றிக் கொண்டு இருக்கிறது.தொல்காப்பிய உரையாசிரியர்களான நச்சினார்கினியரும் பேராசிரியரும் முந்துநூல் அகத்தியம் தான் என்ற கருத்தியலை முன்வைக்கின்றனர்.

அகத்தியம் பற்றிய குறிப்புகளோ, அந்நூலை செய்தவராகச் சொல்லப்படுகிற அகத்தியர் பற்றிய குறிப்புகளோ, அகத்தியரின் மாணவர் தொல்காப்பியர் என்ற குறிப்போ தொல்காப்பியத்தில் யாதும் இல்லை என்பது திண்ணம்.

பனம்பாரனர் ஐந்திரம் நிறைந்த தொல்காப்பியன் எனக் குறிப்பிடுகிறாரே அன்றி அகத்தியம் நிறைந்த தொல்காப்பியன் எனச் சுட்டுவதில்லை. சரி. அகத்தியர் பற்றிய வரலாற்றினை சற்று கிளறிப் பாப்போம்.

அகத்தியர் என்பார் ஒருவர் அல்லர். கபிலரைப் போன்று, ஔவையைப் போன்று அகத்தியர் என்ற பெயரில் பலரும் பல்வேறு காலங்களில் வாழ்ந்துள்ளனர். பல்வேறு காலங்களில் வாழ்ந்த அகத்தியர்கள் சைவ சமயத்தைச் சேர்ந்தவர்களாக விளங்கினர். அகத்தியர் பலர் இருந்துள்ளனர் என இலக்கண வரலாற்று நூலாசிரியர் இளங்குமரனாரும், மறைந்து போன நூல்கள் நூலாசிரியர் மயிலை. சீனி. வேங்கடசாமியும் சுட்டுகின்றனர்.

30 க்கும் மேற்பட்ட அகத்தியர்கள் இருந்ததாக வகைமை நோக்கில் தமிழ் இலக்கிய வரலாறு சான்று பகர்கிறது. அகத்தியர் பற்றிய வரலாற்று செய்திகளை அறிய கந்தபுராணத்தைப் புரட்டிப் பார்த்தால் அகத்தியர் பற்றிய வரலாறே பெரும் புரட்டாகத் தான் உள்ளது என்பார்வையில்.

ஸ்கந்த புராண தமுவல் நூலான கந்தபுராண வரலாற்றின்படி, அகத்தியர் இமயத்திலிருந்து தமிழ் நாட்டுக்கு வந்தவர் என்று கச்சியப்பர் குறிப்பிடுகிறார். மேலும், அகத்தியரைத் தமிழ்மாமுனி என்ற அடையுடன் கச்சியப்பர் சுட்டுகிறார். அகத்தியர் தோன்றியதற்கும், வடக்கிலிருந்து தெற்கு நோக்கி வந்ததற்கும் இரு புராணக் கதைகளை கந்தபுராணம் பகுமானமாக முன் வைக்கிறது.

1)சிவன் உடுக்கையிலிருந்து பாணினியும் அகத்தியரும் தோன்றியதாகவும், பாணினி சமஸ்கிருதம் வளர்க்க வடநாடு சென்றதாகவும், அகத்தியர் தமிழ் வளர்க்க தெற்கு நோக்கி வந்ததாகவும் கந்த புராணம் காட்டுகிறது.

மறுப்புரை : உடுக்கையில் பிறந்தவர் அகத்தியர் என்று கூறுவது மிகுபுனைவு என்பது யாவரும் அறிந்ததே. மேலும் தனிப்பட்ட ஒரு மனிதன் எவ்வாறு ஒரு மொழியைத் தழைத்தோங்கச் செய்ய முடியும்?

2)சிவன் பார்வதி திருமணம் கயிலையில் நடைப்பெற்றுக் கொண்டிருந்தது. முனிவர்களும், புலவர்களும் வடக்கு திசைக்கு சென்றனர். எனவே வடக்கு உயர்ந்து தென்திசை

தாழ்ந்து காணப்பட்டது, அப்பொழுது அகத்தியர் தென்திசைக்கு வந்து சமன் செய்ததாகச் கந்தபுராணம் இயம்புகிறது.

மறுப்புரை : அப்படி ஒரு பக்கம் உயர்ந்தும் மற்றொரு பக்கம் தாழ்ந்தும் காணப்பட நமது பூமி என்ன தராசுத்தட்டா? அல்ல அநாதிகாலம் தொட்டு தாம்பத்திய பந்தத்தில் இருந்து வரும் கடவுளர், அப்போதுதான் திருமணம் செய்து கொள்கிறாரா?

அகத்தியரைத் தமிழ் மாமுனி என்று கச்சியப்பர் தான் வலியுறுத்துகிறாரே தவிர, ஸ்கந்த புராணம் அகத்தியர் தெற்கு நோக்கி வந்ததாகவும் தமிழைத் தூக்கி நிறுத்தியதாகவும் காட்-டுவதில்லை. வடமொழி நூலான ஆதிகாவியத்தில் அகத்தியர் பற்றிய குறிப்புகள் உண்டு. அவர் தமிழ் அறிந்ததாகவும், இலக்கணம் செய்ததாகவும் இந்நூல் குறிப்பிடவில்லை என இராகவ ஐயங்கார் சுட்டுகிறார்.

முதல் இடைச் சங்கத்தில் அகத்தியர் :

இறையனார் களவியல் உரைகாரரான நக்கீரர் முச்சங்க வரலாற்றைப்பற்றி குறிப்பிடுகிறார். அவற்றில் முதல் மற்றும் இடைச் சங்கத்தில் அகத்தியர் இருந்ததாகக் குறிப்பிடுகிறார். இவர் காலம் கி.பி. ஏழாம் நூற்றாண்டு என்பதும் குறிப்பிடத்தக்கது.

சிலப்பதிகாரத்தில் ஒரு அகத்தியர்

அகத்தியரிடம் ஊர்வசி சாபம் பெற்றதாக சிலம்பு காட்டுகிறது. (அரங்கேற்றுக்காதை)

சித்தராக ஒரு அகத்தியர் :

அகத்தியர் சிறந்த சித்தராக விளங்கி 150க்கும் மேற்ப்பட்ட மருத்துவ நூல்களைச் செய்து மக்கள் பிணி தீர்த்தார் இவர் கி. பி 10ம் நூற்றாண்டிற்கு பின்வந்தவர். கம்பர் காலத்திலும், திருவிளையாடல் புராணத்தார் காலத்திலும் தலப்புராணங்களை பாடிக்குவித்த காலத்திலும் வரவரப் பெருகி அகத்தியரே தமிழ் மூலவர் என்ற கருத்து கால் ஊன்றிற்று என இளங்கு-மரனார் குறிப்பிடுகிறார்.

ஆக, இவ்வாறு பல்வேறு காலங்களில் பல்வேறு அகத்தியர்கள் வாழ்ந்துள்ளனர் என்பது தெளிவு. அகத்தியரான ஆரியர் தமிழை தூக்கிப் பிடித்தமை என்று சொல்வது முழுக்க முழுக்க ஆரிய முட்டு என்கிறார் வகைமை நோக்கில் தமிழ் இலக்கியவரலாறு நூலாசிரியர்.

அடுத்து, அகத்தியர் செய்ததாகச் சொல்லப்படுகிற அகத்தியத்தின் வரலாற்றை சற்று புரட்டுவோம். "அகத்தியமே முற்காலத்து முதல் நூல் என்பதூஉம், அதன் வழித்தாகிய தொல்காப்பியம் அதன் வழி நூல் என்பதூஉம் பெற்றாம்" என்பது பேராசிரியர் கருத்தாகும்.

இயல், இசை, நாடகம் என முத்தமிழுக்கும் அகத்தியம் இலக்கணம் கூறுகிறது என்கிறார் பேராசிரியர். கி.பி. 10ம் நூற்றாண்டிற்கு பின் எழுதப்பட்ட உரைகளில்தான் மிகுதியாக அகத்-தியச் சூத்திரங்கள் காணக்கிடைக்கின்றன.

> " கன்னித் தென்கரைக் கட்பழந் தீவம்
> சிங்களம் கொல்லம் கூவிளம் என்னும்
> எல்லையில் புறத்தீவும் ஈழம் பல்லவம்
> கன்னடம் வடுகு கலிங்கம் தெலிங்கம்
> கொங்கணம் துளுவம் குடகம் குன்றம்
> என்பன குடபால் இருபுறச் சையத்து
> உடனுறைபு பழகும் தமிழ்த்திரி நிலங்களும்
> முடியுடை மூவரும் இடுநில ஆட்சி
> அரசுமேம் பட்ட குறுநிலக் குடிகள்
> பதின்மரும் உடனிருப்பு இருவரும் படைத்த
> பன்னிரு திசையில் சொல்நயம் உடையவும் "

தெய்வச் சிலையார், மயிலை நாதர் போன்றோர் இவ்வகத்திய சூத்திரத்தை தம் உரையில் குறிப்பிட்டுள்ளனர். இச்சூத்திரம் கொங்கணம், துளுவம், குடகம் போன்ற நாடுகள் தமிழ் திரிந்த நிலங்கள் எனக்காட்டுகிறது. கி.பி 3ம் நூற்றாண்டு வரை இந்நாடுகள் தமிழ்நாடுக-ளாகவும், தமிழ்மொழி வழங்கிய இடங்களாகவும் உள்ளது என வரலாற்று ஆய்வாளர்கள் காட்டுகின்றனர் . எனவே, அகத்தியம் என்ற பெயரில் பல்வேறு காலங்களில் பல்வேறு சூத்-திரங்கள் எழுந்துள்ளன என்பது மறைந்து போன தமிழ் நூல்கள் நூலாசிரியரின் துணிபாகும்.

> " அகத்திய சூத்திரங்கள் அடங்கியுள்ள பேரகத்தியத்திரட்டையும், பத்தொன்ப-
> தாம் நூற்றாண்டில் இயற்றப்பட்ட முத்து வீரியத்தையும் பக்கம் பக்கமாக வைத்து
> ஒப்பிட்டு நோக்கும் பொழுது இரண்டும் ஒத்த காலத்தது என இளங்குமரனார்
> குறிப்பிடுவது ருசீகரமானது. "

குறிஞ்சி

அகத்தியரின் மாணவர்கள் என்று கூறப்படும் பன்னிருவர்கள்

செம்பூட்சேய், வையாபிகன், அதங்கோட்டாசான், அபிநயனன், காக்கைபாடினி, தொல்காப்-பியர், வாய்ப்பியன், பனம்பாரனார், கழாகரம்பர், நத்தத்தன், வாமனன், துராலிங்கன். இது-காறும் அகத்தியம், அகத்தியர் சார்ந்த செய்தி தேடலில் இருந்தோம். இனி, அகத்தியரையும் தொல்காப்பியரையும் இணைக்கும் முடிச்சுகளை ஆய்வோம்.

அகத்தியரையும் தொல்காப்பியரையும் இணைத்து முடிச்சு போடக் கொடுக்கும் முட்டுகள் பின்வருமாறு:

முட்டு-1

முதலாவதாக, அகத்தியரையும் தொல்காப்பியரையும் இணைத்து முடிச்சுப்போடும் கர்ணப்பரம்பரை கதையை ஆழக்கால் கொண்டு ஆய்வோம்.

(கர்ணம் என்றால் காது என்று பொருள். எழுதப்படாமல் ஒருவர் சொல்லி ஒருவர் கேட்க என்று செவிவழியாக வந்த கதைகள்தான் கர்ண பரம்பரைக் கதைகள் ஆகும்.)

அகத்தியரின் மனைவி லோபாமுத்திரையும், தொல்காப்பியரும் ஒரு முறை ஆற்றுவழியாக ஒன்றாக சென்று கொண்டிருந்தனர். ஆற்றைக் கடந்து அக்கரைக்கு செல்ல கோள் ஒன்றை எடுத்து அதன் ஒருமுனையை தொல்காப்பியரும் பிரிதொரு முனையை அகத்தியரின் மனைவியும் பற்றிக் கொண்டு ஆற்றைக் கடந்தனர். இதனைப் பார்த்து தவறாக எண்ணிய அகத்தியர் தன் மாணவனைச் சபித்தாகவும் பதிலுக்கு தொல்காப்பியர் தன் ஆசிரியரைச் சபித்தாகவும் இக்கதை குறிப்பிடுகிறது.

அகத்தியரையும், தொல்காப்பியரையும் இணைக்க முற்பட்டு இப்படி ஒரு சொத்தைக் கதையை யாரோ ஒருவர் உருவாக்கி பரப்பியிருத்தல் வேண்டும். கர்ணப் பரம்பரைக் கதைகளைச் சான்றாக ஆய்வாளர்கள் கொள்ளுவதில்லை.

முட்டு -2

> "மன்னிய சிறப்பின் வானோர் வேண்டத்
> தென்மலை இருந்த சீர்சால் முனிவரன்
> தன்பால் தண்டமிழ் தாவின்று உணர்ந்த
> துன்னருஞ் சீர்த்தித் தொல்காப்பியன் முதல்
> பன்னிரு புலவரும் பாங்குறப் பகர்ந்த
> பன்னிருபடலம்."

என்பது புறப்பொருள் வெண்பாமாலை சிறப்பு பாயிரமாகும்.

தொல்காப்பியர் முதல் அகத்தியரின் பன்னிரு மாணவர்கள் பன்னிரு படலத்தை செய்ததாக புறப்பொருள் வெண்பாமாலை பாயிரம் குறிப்பிடுகிறது. இப்பாயிரத்தை எழுதியவர் பெயரோ, எழுதியவர் பற்றிய குறிப்புகளோ இல்லை. பன்னிருபடலம் பற்றிய உரையாசிரியரின் மேற்கோள்களை ஆய்வோம்.

பன்னிரு படலம் என்றவொரு இலக்கண நூல் இருந்ததாகக் குறிப்பிடுகின்றனர். பன்னிரு திணைகளை உள்ளடக்கிய புறத்திணை சார்ந்த நூல் என்னும் கருத்து உரையாசிரியர் மேற்கோள் வாயிலாக தெரிகிறது.

பன்னிரு படலத்தின் முதல் திணையான வெட்சித் திணை தொல்காப்பியரால் எழுதப்-
பட்டது என்ற கருத்தியலை தொல்காப்பிய உரையாசிரியர்களான பேராசிரியரும், சிவஞான
முனிவரும் முன் வைக்கின்றனர். இதுதான் தொல்காப்பியரையும் அகத்தியரையும் முடிச்சுப்
போடும் முதன்மை முட்டாகும்.

தொல்காப்பியர் தொல்காப்பியப் பொருள் அதிகாரத்தில் உள்ள புறத்திணையியலிலே
வெட்சி திணையை குறிப்பிட்டு விளக்குகிறார். பன்னிரு படத்திலும் அவர் கூறியவற்றையே
கூறுகிறார் என்று கூறுகிறார்கள்? சொன்னதையே மீண்டும் அவர் ஏன் கூறப்போகிறார்?
கூறியது கூறல் என்ற குற்றம் வருமே.

இளம்பூரணர் சான்றுகளுடன் பன்னிருபடலத்தின் வெட்சித் திணையை தொல்காப்பியர்
செய்யவில்லை என மறுக்கின்றார்.

அவர் கூறும் சான்றுகள் :

> "வேந்துவிடு முனைஞர் வேற்றுப்புலக் களவின்
>
> ஆதந்து ஓம்பல் மேவற்று ஆகும். "

என்பது புறத்திணையியல் வெட்சித் திணைக்கான நூற்பாவாகும்.

வேந்தனால் ஏவப்பட்ட மறவர்கள் வேற்றுநாட்டிற்குச் சென்று அங்குள்ள ஆநிரைகளைக்
கவர்வர் என்பது இதன் விளக்கம் என இளம்பூரணர் குறிப்பிடுகிறார்.

> "தன்னுறு தொழிலே வேந்துறு தொழில் என்று
>
> அன்ன இருவகைத்தே வெட்சி "

என்பது பன்னிருபடல வெட்சிச் சூத்திரம்.

தொல்காப்பியர் புறத்திணையியலில் வேந்தனாளால் ஏவப்பட்ட மறவர்கள் ஆநிரைக்
கவரச் செல்வார்கள் எனத் தொல்காப்பியர் கூறுகிறார். பன்னிரு படத்தில் தன்னுறு தொழில்,
வேந்துறு தொழில் என இருவகையாய் வெட்சியைப் பகுக்கிறார் என்று சொன்னால் தொல்-
காப்பிய மரபியலில் சொன்ன சூத்திரப் படி, மாறுகொளக் கூறல், மிகைப் படக் கூறல்
போன்ற குற்றங்கள் வருமே.

எனவே, பன்னிருபடல வெட்சித்திணையை தொல்காப்பியர் செய்தார் அல்ல என இளம்-
பூரணர் தக்க சான்றுகளுடன் மறுக்கின்றாரர். தொல்காப்பிய பொருளதிகாரத்தில் கைக்கிளை
பெருந்திணை போன்றவை அகம் சார்ந்தது எனத் தொல்காப்பியர் குறிப்பிடுகிறார்.

ஆனால், பன்னிருபடலமோ கைக்கிளையும், பெருந்திணையும் அகப்புறம் சார்ந்தது எனக்
குறிப்பிடுகிறது

தொல்காப்பியப் புறத்திணையியலும் பன்னிரு படலமும் ஒன்றுக் கொன்று முரணானக்
கருத்துகளை கூறுகின்றன.. ஆக, தொல்காப்பியர் பன்னிரு படலத்தை செய்தவர் அல்ல
என்பது கண்கூடு.

காலவழு

புறப்பொருள் வெண்பாமாலை நூலின் காலம் கி. பி 9 ஆம் நூற்றாண்டு. புறப்பொருள் வெண்பா மாலை பாயிரம் இயற்றப்பட்ட காலம் அறியப்படவில்லை. பிற்காலத்தில் யாரேனும் தான் இயற்றியிருக்கக் கூடும்.

தொல்காப்பியம் கி.மு.5ம் நூற்றாண்டிற்கு முற்பட்டது என்கிறார்கள் ஆராய்சியாளர்கள். இவ்வாறு இருக்க கி. பி 9 ஆம் நூற்றாண்டிற்கு பின் இயற்றப்பெற்ற புறப்பொருள் வெண்பா மாலை பாயிரம் கூறும் சான்றுகளை வைத்துக் கொண்டு தொல்காப்பியர் அகத்தியரின் மாணவர் என்று கூறினால் காலவழு ஏற்படுமே?

சங்க காலத்திற்குப் பிற்பட்ட காலத்தில் சிலர் புதுவகைச் சூத்திரங்களைச் செய்து அவற்-றைத் தொல்காப்பியர் முதல் பன்னிருவர் செய்தனர் என்று பெயரிட்டு அமைத்துக் கொண்ட நூல் தான் பன்னிரு படலம் என மறைந்து போன நூல்கள் நூலசிரியர் குறிப்பிடுகிறார். ஆக, சைவச் சமயப் பற்றாளர் எவரோ ஒருவர் தான் அகத்தியரையும் தொல்காப்பியரையும் இணைத்து முடிச்சுப்போட பாயிரம் இயற்றி இருந்தல் கூடும்.

முட்டு -3

தொல்காப்பிய உரை ஆசிரியர் பேராசிரியர் கூறும் கருத்து :

அகத்தியமே முதல் நூல் என்றும், பன்னிருபடலத்தின் வெட்சித் திணையை தொல்காப்-பியர் செய்தார் என்றும் தொல்காப்பியர் அகத்தியரின் மாணவர் என்றும் குறிப்பிடுகிறார். சான்றுகள் ஏதும் காட்டாமல் அகத்தியரின் மாணவர் எனக் குறிப்பிடுகிறார். எனக்கு ஒரு ஆச்சர்யம்.! தொல்காப்பியரையும், அகத்தியரையும் கண்ணால் பார்த்தது போல் பேராசிரியர் குறிப்பிடுகிறாரே. ஒரு வேளை டைம் ட்ராவல் செய்து தொல்காப்பியரை சந்தித்திருப்பாரோ என்றல்லவா எண்ணத் தோன்றுகிறது.

இவரின் காலம் கி. பி 13ம் நூற்றாண்டு. மேற்கூறப்பட்ட காலவழு இவருக்கும் பொருந்-தும் சரி. இவர் ஏன் முடிச்சிடுகிறார் என்று ஆராயும் போது தான் நன்கு புலப்படுகி-றது அகத்தியர் சைவர் என்று மேல் சொன்னோம். இவரும் சைவ சமயத்தைச் சார்ந்தவர். எனவே, சமயப் பற்றின் காரணமாக தான் அகத்தியரின் மாணவர் தொல்காப்பியர் எனக் குறிப்பிடுகிறார்.

முட்டு -4

சிவஞான முனிவர் கூறுபவை :

தொல்காப்பிய பாயிர விருத்தி உரைகாரரான சிவஞான முனிவர். அகத்தியரின் மாணவர் தொல்காப்பியர் தான் என ஆணித்தனமாக அடித்துக் கூறுகிறார். பன்னிரு படலத்தின் வெட்சித் திணையைத் தொல்காப்பியர் இயற்றவில்லை என மறுப்பவர்கள் உண்மையை உணராதவர்கள் என சூழுரைக்கிறார். இவர் ஏன் இவ்வாறு வலியுறுத்துகிறார் என ஆராயு-மிடத்து தான் நன்குப் புலனாகிறது. இவர் ஒரு சைவர்.முழுக்க முழுக்க சைவச் சமயப் பற்-

றின் காரணமாக மட்டுமே அகத்தியரையும் தொல்காப்பியரையும் முடிச்சு போடுகிறார் என்-
பது கண்கூடு.

முடிவுரை

அகத்தியரின் மாணவர் தொல்காப்பியர் என்று கூறும் கருத்தியலிற்கு பின் பகுமானமாக
ஒளிந்திருக்கும் சமயத்தின் அரசியல் பற்றி இக்கட்டுரை வெட்ட வெளிச்சம் போட்டு காட்-
டியது. ஷாட்சாத் சமயப் பற்றின் காரணமாக பலவாறான முட்டுகளை முன் வைத்து
அகத்தியரையும் தொல்காப்பியரையும் முடிச்சிட்டமை பற்றியும், அம்முடிச்சுகள் அவிழ்த்து
தகர்த்தெறியப்பட்டமை பற்றியும் இக்கட்டுரை விளக்கிற்று எனவே, அகத்தியரின் மாணவர்
தொல்காப்பியர் என்று கூறுதல் பிசகு.

21

சோதிடப் புரட்டுகள்

கட்டம் சரியில்லை, கட்டம் கண்ணா பின்னாலு இருக்கு, எல்லாம் விதி, சனி வாட்டி வதைக்கிறது போன்ற சோதிடக் கதையாடல்கள் நம் சமூகத்தைப் பயமுறுத்திக் கொண்டு, சில்மிஷம் செய்தபடி உலாவிக் கொண்டுதான் இருக்கின்றன. புரட்டுகளை பகுமானமாக மக்-களின் மனதில் ஓட விட்டு, அதில் லாபம் ஈட்டுவதில் கொள்ளைப் பிரியம் சோதிடர்களுக்கு.

சோதிடம் அறிவியல் சார்ந்தது என்றும், சோதிடமுறைப் படி நம் வாழ்வியல் நகர்ந்து கொண்டிருக்கிறது என்றும் பெரும் மாட்சியான கதைகள் மக்கள் மனதில் தைக்கப்பட்-டுள்ளன. உண்மையில் இந்தப் பொய்க்கதையாடல்கள் மக்கள் மனங்களில் படர என்ன காரணம்?

எந்த விஷயமாக இருந்தாலும் பத்துபேர் சேர்ந்து சொல்லி விட்டாலோ, எழுத்துக்களில் வந்துவிட்டாலோ போதும். நம்மில் பெரும்பாலானோர் 100 சதவீதம் உண்மையென்று சொல்-லிக்கொண்டு ஜால்ரா தட்டிக் கொண்டு நம்பி விடுவார்கள். இந்தப் பொதுபுத்திப் போக்கு தான் நம் சமூகத்தை சீரழித்துக் கொண்டுள்ளது.

சோதிடம் விளக்கம் — தன் கைக்கு எட்டாத கண்ணில் படுகின்ற, தொலைவில் உள்ள பொருட்களின் மேல் செலுத்தும் கற்பனையும், விருப்பக்கருத்தும் சேர்ந்த புருடாக்கள் தான் சோதிடம்.

சோதிடம் தோன்றிய முறை :

சோதிடம் என்ற சொல்லானது άστρολογία என்ற கிரேக்கச் சொல்லிருந்து பிறந்ததாகும். இதன் பொருள் நட்சத்திரங்களின் கணக்கு. ஆங்கிலத்தில் Astrology என்று கூறுகிறோம். இதன்பொருள் விண்மீன்கள் பற்றிய நம்பிக்கை என்பதே. (Astro-Star : Logy — belief / study).

சோதிடம் என்பது முழுக்க முழுக்க நம்பிக்கையின் அடிப்படையில் உருவானது தான் தவிர அறிவியல் முறை சார்ந்தது என்று வாய்ப்பந்தல் போடுதல் முற்றிலும் தவறானது. எதிர் காலங்களில் நடக்கும் செயல்களை அறிந்து கொண்டால் பயம் சற்று குறையும், இவ்வாறு தான் நடக்கும் என்ற நம்பிக்கை வரும். இது தான் சோதிடப் புரட்டு செழித்தோங்க வழி-

வகை செய்கிறது.

> *"சோதிடமும் வானியலும் பிரியாணிக்கு தயிர்பச்சடி போன்றது என்று நினைக்-*
> *கிறார்கள். ஆனால் அது உண்மையில் பொங்கலுக்கு வடகறி போன்றது."*

சோதிடத்தையும் அறிவியலையும் இணைத்து முடிச்சிட கொந்தழிப்புடன் சோதிடர்கள் தொடுக்கும் முட்டுகளும், முட்டுகள் தகர்த்தெறியப்பட்ட முறைகளும் பின்வருமாறு பிரித்து மேயப்படுகிறது.

முட்டு -1

வானவியலைப் போலவே சோதிடமும் கோள்களை ஆதாரமாகக் கொண்டது. வானவியல், அறிவியலின் அங்கமாக இருக்கும்போது சோதிடம் ஏன் இருக்கக் கூடாது? சோதிடம் சூரி-யன், சூரியனைச்சுற்றும் கோள்களான புதன், வெள்ளி, செவ்வாய், வியாழன், சனி போன்ற-வற்றைக் குறிப்பிடுகிறது. சூரியக்குடும்பத்தின் பிற கோள்களான யுரேஸ், நெப்டியூன் பற்றி மூச்சு விடுவதே இல்லை. அதுமட்டுமா, சோதிடக்கட்டத்தில் நம் குடும்பத்தலைவரான சூரி-யனையும் ஒரு கோளாகவே குறிப்பிடுகின்றனர். பூமியின் துணைக்கோளான சந்திரனுக்கும் கோளின் பதவி தரப்படுகிறது.

இதில் என்ன சங்கதி இருக்கிறது? பாம்பை இக்கோள்களுக்குள் புகுத்தி ஓலமிடும் காட்-சியை என்னவென்று சொல்ல? அதன் தலையை வெட்டி தனியாக்கி தலைக்கும், முண்டத்-திற்கும் தனித்தனியாக ராகு, கேது என்று பட்டமும் கொடுக்கின்றனர். ராகு, கேது என்ற கோள்கள் வானவியலில் இல்லை. சோதிடத்தில் இவர்களாகவே புதியதாக கோள்களையே உருவாக்கி விட்டார்கள். இக்கோள்களை நிழற்கோள்கள் என்று அழைக்கின்றனர். ஆக வானவியலை உள்வாங்கிக் கொண்டு அதன் சாயலிற்கு ஏற்றாற் போல் பொய்க்கதையை வாரி இறைத்தல் அறிவியல் ஆகுமா?

முட்டு -2

சில சோதிடர்களின் கணிப்பு துல்லியமாக இருக்கிறது என்றும், அவர்களது சோதிடத்தை-யாவது அறிவியல் என்று ஏன் ஏற்றுக்கொள்ளக் கூடாதா என்று கேட்கின்றனர். அறிவியல் என்றால் என்ன?

ஒருவர் ஒரு சோதனையைச் செய்து புது விடயங்களை கண்டறிகிறார். மற்றவர்களும் அந்தச் சோதனை செய்யும் பொழுது அதே விடயங்கள் பெறல் வேண்டும். இது தான் அறி-வியலின் சாரம்சம். ஆனால் இங்கோ சிலர் கணிப்பு என்ற பெயரில் கம்பி கட்டுகிறார்களாம். சிலர் கணிப்பு கந்தசாமியாய் விளங்கி துல்லியமாக கணிக்கிறாராம் (துல்லியம் என்று சொல்-லுவதற்கான சான்றுகளும் இல்லை). இதை வைத்து கொண்டு அறிவியலோடு ஜோடி கட்டி ஆடுதல் தகுமா? பிரபல ஜோதிடர் என வெளிப்பூச்சு வைத்துக்கொண்டு, டிவி ரியாலிட்டி ஷோக்களுக்கு வர தயக்கம் காட்டுபவர்களை என்ன சொல்ல?

முட்டு -3

அறிவியலுக்குக் கொடிபிடிப்பவர்கள் சோதிடத்தைப் படிக்காமலும் சோதனைக்குள்ளாக்காம-லும் அகந்தையோடு அதைப் புறந்தள்ளுகிறார்கள். ஆம். நிச்சயமாக படித்து பகுத்தறிவு பெற்றவன் சோதிட கதையாடல்களை எண்ணி ஒரு போதும் மயங்கி முடங்கி கிடைக்க மாட்டான். என்ன அது விதி? (விதி என்பதே எவனோ திட்டமிட்டு திணித்த மாபெரும் சதி. ஆசிவகத்திலிருந்து விடாது ஒட்டிக்கொண்ட சனி இது) விதியையும் மதியால் வெல்வோம் என்ற தார்மீக மந்திரத்தை முழுமூச்சாகக் கொண்டு பரிகாரம் என்ற பெயரில் எவனோ ஒரு-வன் மண்டையில் மிளகாய் அரைக்கத் துணிகின்றனர் சோதிடர்கள்.

பரிகாரங்கள் மட்டுமே பகவானின் ஆக்ரோசத்தை கட்டுப்படுத்தும் என்று கூறி லாபம் ஈட்டுவதில் கொள்ளைப் பிரியம் சோதிடர்களுக்கு. பரிகாரம் செய்யுங்கள் என்று சோதிடர்கள் ஒரு லிஸ்டைத் தீட்டி விடுகிறார்கள். பரிகாரம் செய்யத்தவறினால் தீங்கு நிகழ்ந்து விடுமோ என்ற பயம் மனிதனைத் தொற்றிக் கொள்கிறது. இந்தப் பயத்தைக் களைய மட்டுமே பரிகா-ரம் செய்கிறான். இந்தப் பயத்தை கொடுத்து விட்டு தட்சணையை மட்டும் வாங்கிக் கொண்டு எவனோ ஒருவன் ஆதாயம் காண்கிறான்.

ஜோதிடம் கணிக்கும் முறைகள்

ஒரு ஜாதகமானது பிறந்த வருடம், மாதம், நாள் போன்றவற்றை வைத்துக் கணிக்கப்படுகிறது. அந்த நேரத்தில் சோதிட முறைப்படி என்ன லக்கனம் இருக்கிறதோ, அதன் அடிப்படையில் அவருக்கான ராசி என்ன? ராசிக்கான நட்சத்திரம் என்ன என்பதை வைத்து ஜோதிடர்கள் ஜாதகம் எழுதிக் கொடுப்பார்கள். உதாரணமாக, காலை 10 மணிக்கு விருச்சிக லக்கனத்தில் அஸ்த நட்சத்திரத்தில் ஒரு குழந்தை பிறந்ததாக வைத்துக் கொள்வோம். விருச்சிக லக்கனம் 5 ¼ நாழிகையுடையதாகும். (24 நிமிடங்கள் சேர்ந்தது ஒரு நாழிகை) ஒரு மணி நேரத்-திற்கு 2 ½ நாழிகை. 5 ¼ நாழிகை என்றால் 126 நிமிடங்கள்.

இந்த நேரத்தில் பிறந்த அனைத்து ஜீவராசிகளுக்கும் ஒரே மாதிரியான கட்டம் தான் இருக்கும். ஜாதகத்தில் ராசிக்கட்டம், நாவாம்ச கட்டம் என்று இரு கட்டங்கள் இருக்கும். இதில் இருக்கும் ஒவ்வொரு கட்டத்திற்கும் 12 உட்கட்டங்கள் இருக்கும். பன்னிரு உட்கட்-டங்களும் பாவங்கள் என்றழைக்கப்படுகின்றன. இந்த ஒவ்வொரு பாவங்களும் ஒவ்வொரு குணங்கள் கொண்டு விளங்குகின்றனவாம். பிறந்தவுடன் தீட்டிய ஜாதகத்தின் அடிப்படையில் இக் குணாதீசியங்களை கூறுவதாக பகுமானமாக நம்பவைத்து விடுகின்றனர் சோதிடர்கள்.

சோதிடம் மெய்மையானது! அறிவியல் சார்ந்தது என்று கூவிக் கொண்டிருக்கும் அன்-பர்களுக்கான கேள்விக்கணைகள்..

1. 126 நிமிடங்களில் இவ்வுலகில் பிறக்கும் அனைத்து குழந்தைகளுக்கும் ஒரே மாதிரியான கட்டங்கள் தான இருக்கும். இவர்கள் அனைவரும் ஒரே பலனை அனுபவிக்க இயலுமா?

2. இந்த நேரத்தில் இந்தியாவில் சுமார் 4000 குழந்தைகள் பிறப்பதாக வைத்துக் கொள்வோம். 4000 குழந்தைகளுக்கும் வாழ்வியல் ஒரே மாதிரி நகர்ந்து கொண்டு இருக்குமா?

3. இன்ப துன்பங்கள் ஒரே நேரம் வருமா? ஒரே நேரம் செல்லுமா?

4. அச்சு அசலாக காப்பி அடித்தாற் போன்று அனைத்து நிகழ்வுகளும் ஒரே மாதிரி நடக்குமா?

5. மனிதன் அல்லாத பிற உயிர்களுக்குமானது தானே சோதிடம். அவ்வுயிர்களும் ஒரே பலனை அனுபவித்து செல்வசெழிப்புடன் வாழுமா? இல்லை துன்பம் வந்து நோகுமா?

கட்டம் கட்டும் கதையாளர்களும், கதையாளர்களுக்கு ஜால்ரா தட்டும் ஜால்ராக்காரர்-களும் இக்கேள்விகளுக்கு விடை கூற இயலுமா? முழுக்க முழுக்க மரபு வழியாக கட்-டமைக்கப்பட்ட நம்பிகையின் வாயிலாக சமூகத்தை நச்சரிகும் விஷமி தான் சோதிடம். புரட்டுகளின் கருவூலமாகத் திகழும் சோதிடத்தை மேன்மையானது மேன்மையானது என்று தாற்பரியம் பூசும் முறையை சுக்குநூறாக்கல் வேண்டும்.

நம் சமூகத்தில் பலகாலமாக புழங்கிக் கொண்டிருக்கும் இத்தூசுகளைத் தட்டி சமூகத்தைப் பகுத்துணரச் செய்வோம். மரபு மரபு என்ற பெயரில் சமூகத்தை நாசம் செய்து ஆதாயம் காணும் நச்சுக்கிருமிகளை நசுக்கி புதியதோர் உலகம் படைப்போம் வாரீர்!

22

மனுநீதிச் சோழன் — உயிர் இரக்கரா? மத வெறியரா?

மனுநீதிச்சோழன் என்றால் பசுவின் துயர் நீக்க தன் மகனை தேர்ச்சக்கரத்திலிட்டு கொன்-றவன் என்றும் நீதிநெறி தவறாது ஆட்சி செய்தவன் என்றும் பெரும் மாட்சியான கதைகள் கட்டி வைக்கப்பட்டுள்ளது. அக்கதைகளை கட்டவிழ்த்து மனுநீதிச்சோழனைப் பற்றி அலசி ஆய்கிறது இக்கட்டுரை.

சோழர்களை முற்கால சோழர்கள் இடைக்காலச் சோழர்கள் பிற்கால சோழர்கள் என்று மூவகையாய் வரலாற்று ஆய்வாளர்கள் பகுத்துள்ளனர். முற்காலச் சோழ மரபைச் சேர்ந்தவர் மனுநீதிச் சோழன். இம் மன்னனின் ஆட்சிக்காலம் கிமு 205 முதல் கிமு 161 வரை.

மனுநீதிச் சோழன் திருவாரூரை (சோழப் பிராந்தியமான தஞ்சைக்கு அடுத்த மாவட்டம்) தலைநகரமாகக் கொண்டு ஆட்சி செய்தார் என்கிறார்கள் சிலர். ஈழவர்களோ இதனை மறுத்து, மனுநீதி சோழனை எல்லாளன் என்று குறிப்பிடுகிறார்கள். அவர் அனுராதபுரத்தை தலைநகரமாகக் கொண்டு ஈழத்தில் ஆட்சி செய்தார் என்று மகாவம்சம் என்ற பாளி மொழி நூல் குறிப்பிடுகிறது.

மேலும், எல்லாளன் சைவ சமயத்தின் மீது கொண்ட வெறியின் காரணமாக பௌத்த விகாரைகள் பலவற்றை அடித்து நொறுக்கினான் என்றும் மகாவம்சம் குறிப்பிடுகிறது. மேலும் சிலரோ திருவாரூரில் இருந்து இலங்கை வரை மனுநீதிச் சோழனின் ஆட்சி விரிவடைந்-திருந்ததாகவும், எனவே திருவாரூரை தலைநகரமாகக் கொண்டு ஆட்சி செய்தான் என்று முன் வாதத்தையும் பின் வாதத்தையும் முடிச்சுப்போட பார்க்கின்றனர்.

மனுநீதிசோழன் சைவ சமயத்தைச் சார்ந்தவர் என்றும், சைவத்தின் மீது மிகுந்த பற்று கொண்டவர் என்றும் சைவ சமயப் பிரியர்கள் தங்கள் கருத்துகளை சொல்லியிருக்கிறார்கள். இன்னும் சொல்லிக் கொண்டு தான் இருக்கிறார்கள். இவர் பெயரை வைத்துப் பார்க்கும் போது — 'மனு'தர்மம் வழியில் ஆட்சிசெய்தான் என்பதற்கு இடமுண்டு. இந்த வாதங்களை

அறிஞர் பலர் முன்வைத்திருக்கின்றனர். அதன் வெளிபாடே பசுவுக்கு உயிரிரக்கம் காட்டி — தன் சொந்த மகனை தேர்க்காலில் இட்டது என்று எண்ணத் தோன்றுகிறது.

இனி இந்த நீதிநெறிவலுவாத நீதிஅரசரின் கதையைக் காண்போம்.

ஒரு முறை மனுநீதி சோழனின் மகன் வீதிவிடங்கன் தேரில் ஏறி ஊரினை வலம் வந்து கொண்டிருந்தான். அப்பொழுது எதிர்பாராத விதமாக ஒரு கன்றின் மீது தேரை ஏற்றி அதனை கொன்று விட்டான். மனுநீதி சோழன் அரண்மனையின் முன்பு ஒரு ஆராய்ச்சி மணி கட்டப்பட்டு இருக்குமாம். யாருக்கேனும் ஏதாவது அநீதி நேர்ந்தால் நீதி கேட்கும் வகையில் அந்த மணியை ஒலிக்கலாமாம்.

எனவே இதற்கு நீதி கேட்கும் வகையில் அந்தக் கன்றின் தாய் மணியை ஒலித்ததாம். பசுவிற்கு நீதி வழங்கும் பொருட்டு தன் மகனை தேர்ச் சக்கரத்தில் இட்டு மனுநீதிச் சோழன் கொன்றானாம்.

இக்கதையை இப்படியே நிறுத்தி வைத்துவிட்டு சங்க கால உணவு முறைகளைப் பற்றி பார்ப்போம்.

சங்ககால மக்கள் பெரும்பாலும் அசைவ உணவையே விரும்பி உண்டார்கள். சங்க கால மக்கள் உண்ட அசைவ உணவுகளைப் பற்றி சங்க இலக்கியங்கள் கூறும் செய்திகளை காண்போம்.

> *"மீனின் சூட்டிறைச்சி — சிறுபாணாற்றுப்படை. மான்கறி, செம்மறி ஆட்டுக்*
> *கறி —பொருநர்ஆற்றுப் படை. பெட்டைக் கோழி பொரியல் —பெரும்-*
> *பாணாற்றுப்படை. நெய் கலந்த இறைச்சி —மலைபடுகடாம். நெய் விட்ட*
> *கொழுப்பு ஊன் —நற்றிணை."*

இவ்வாறு சங்க கால மக்களும்,மன்னர்களும் அசைவ உணவினையே மிகுதியாக உண்டனர் என்று சங்க இலக்கியம் சான்று பகர்கிறது.

ஏன்பா மனுநீதி சோழா!

> *"அங்க மீன் செத்துக் கிடக்குது அது உன் கண்ணுக்கு தெரியல. ஆடு செத்து*
> *கிடக்குது அது உன் கண்ணுக்கு தெரியல. கோழி செத்துக் கிடக்குது அது உன்*
> *கண்ணுக்கு தெரியல. கன்றுக்குட்டி செத்தது மட்டும் உறுத்துதோ?"*

என்றல்லவா கேட்கத் தோன்றுகிறது. அவன் மற்ற உயிர்களை எல்லாம் கொன்று உண்ட போது தெரியாத உயிர்க்கொலை தன் மகன் கன்றைக் கொன்ற போது மட்டும் ஏன் தெரிந்-தது? என்று ஆராயுமிடத்து ஒன்று நன்கு புலனாகிறது.

மண்ட மேல இருந்த கொண்டய மறந்துட்டேனே என்று சொல்வது போல் மனுநீதிச் சோழன் அதிதீவிர சைவ சமய வெறியன கோமாதா எங்கள் குலமாதா என்றாற் போல் சங்ககால சைவ சமய மக்கள் மாட்டை செல்வமாகவும் தெய்வமாகவும் மதித்து வழிபட்டனர். மத வெறியின் காரணமாகவோ — ஷாட்சாத் சமயப் பற்றுதலின் காரணமாகவோ தான் —

தன் மகன் அறியாமல் செய்த தவறுக்கு பெற்ற மகனென்றும் பாராமல் தேர் சக்கரத்திலிட்டுக் இரையாக்கினான் மனுநீதிச் சோழன். அட இதிலென்ன சங்கதி இருக்கிறது. இறைவன் வந்துக் கேட்டதால் பெற்ற பிள்ளையையே ஹவனில் வைத்தாற்போல் பொறித்து எடுத்துக் கொடுத்த நாயன்மாரின் முன்னோடி இப்படி இருந்ததில் என்ன விநோதம்?

"உயிர் கொலை தீது" என்று சைவ சமயம் கூறுகிறது. (அதுவும் பௌத்த மத சரக்குதான்) மனுநீதிச் சோழனுக்கு வெள்ளாடு, செம்மறி ஆடு, மீன், மான் போன்றவை எல்லாம் உயிராகத் தெரிவதில்லை. மாடு மட்டும் தான் அவனுக்கு உயிர், செல்வம், தெய்வம். மற்ற உயிர்களை எல்லாம் அவன் ஒரு பொருட்டாகக் கூட மதிக்காமல் அவற்றை எல்லாம் மூக்கு முட்ட உண்பான். இதுவே மனுதர்மம், இதுவே ஸ்மிருதி கோட்பாடு. பிராமணனே உயர்ந்தவன். மற்றோர் தாழ் குலத்தோர்.

தன்னுடைய மகனையே தேர் சக்கரத்திலிட்டு இரையாக்கியது அதிதீவிர சமய வெறியின் வெளிப்பாடே ஆகும். சைவ சமயக் காப்பியமான பெரியபுராணம் மனுநீதிச் சோழன் பற்றி புகழ்ச்சிகளை வாரி வாரி இறைக்கின்றது. இது ஒன்றே இவர்களின் சைவ சமய புரவலத்தன்மைக்கு ஏற்ற சான்றாகும். ஆக சங்க கால மக்களின் உணவு முறைகளையும் மனுநீதிச் சோழனின் வரலாறையும் ஆராயுமிடத்து அவனின் சைவ சமய வெறி நன்கு புலனாகிறது.

மனுநீதிச் சோழன் — சமய வெறியனே!

பார்வை நூல்கள்

1. மகாவம்சம்
2. சிலப்பதிகாரம்
3. பெரியபுராணம்
4. Parker, Henry (1909). Ancient Ceylon
5. புஸ்பரட்ணம், ப., இலங்கையில் தமிழ் மன்னர்களின் ஆட்சி — ஒரு நோக்கு.
6. பழமொழி நானூறு
7. சிற்றம்பலம் சி.க.ஈழத்தமிழர் வரலாறு
8. சிறுபாணாற்றுப்படை
9. பெரும்பாணாற்றுப்படை
10. பொருநராற்றுப்படை
11. மலைபடுகடாம்
12. நற்றிணை
13. இராசராசசோழன் உலா,
14. விக்கிரம சோழன் உலா,
15. குலோத்துங்க சோழன் உலா

யுவஸ்ரீ

23

பாரதம் பிறந்த கதை

'எல்லாம் என் விதி' என்ற வாக்கியத்தை அனுதினப் போக்கில் பலமுறை நாமெல்லாம் கேட்டிருக்கும் வாய்ப்பு உள்ளது. முதலில் விதி என்பதை எளிமையாகப் புரியவைப்பதென்-றால், இப்போது நாம் நோய்த்தொற்றால் ஊரடங்கில் இருக்கிறோம், இதனால் நம் தேர்வுகள் ஒத்தி வைக்கப்படுகிறது என்பதும் விதி! கல்லூரியில் கழிக்கும் இனிய நாட்கள் தடைபட்டுப் போகிறது என்பதும் விதி! ஆனால் இதில் முதல் விதி நமக்கு நன்றாக இருக்கிறதல்லவா? என்று கொள்ள முடியாது.

விதி என்பதன் தொடக்கம்தான் என்ன? அதன் செயல் என்ன? அதன் விளைவு என்-னவாக இருக்கும்? என்றெல்லாம் சிந்திக்கும்போது அதை நம் சமயத்தோடும் புராண இதி-காசங்களோடும் பொருத்திப் பார்க்கத் தக்கதாக இருக்கும் என்று எண்ணுகிறேன். புராண இதிகாசங்கள் என்றவுடன் எனக்கு பளீரென்று விதியோடு பொருந்தி நினைவுக்கு வரு-வது மகாபாரதக் கதை. பாண்டவர்கள் பகடை உருட்டி பிறந்த பகை; பெண்ணின் சூளுரை சொல்லும் தகை; பிறந்தவர்களுடனே மோதும் கதை என்பதற்கிணங்க விதி ஆடிய ஆட்டம் பாரத போராட்டம் என்று நம் எல்லோருக்கும் தெரியும். ஆனால் பாரதக் கதையின் தூய தொடக்க இடம் எது என்று தெரியுமா? மகாபாரதம் என்பதே கதைக்குள் கதை என்பர். அது போல இந்த தொடக்கத்திற்கும் கதையே பாதை.

கதையானது இப்படித் தொடங்குகிறது. குரு வம்ச மன்னனான ஜனமேஜயனின் அரச-வைக்கு வருகை புரிகிறார் வேத வியாசர். ஜனமேஜயன் யாரெனில் நாமெல்லாம் அறிந்த வீரிய வில்லாளி அர்ச்சுனனின் கொள்ளுப் பேரன்; அபிமன்யுவின் பேரன்; பரீட்சித்தின் மகன் ஆவான். போரெல்லாம் ஓய்ந்து இரண்டு மூன்று தலைமுறைக்குப் பின் ஜனமேஜயன் அரசாண்டு வருகிறான். குலகுருவான வியாசரை வணங்கி தக்க மரியாதைகள் செய்தபின் ஜனமேஜயனும் வியாசரும் உரையாடிக் கொண்டிருக்கிறார்கள்.

அப்போது ஜனமேஜயன் இளம்வயது அரசன். அவன் மனத்தினுள்ளே நீண்ட நாட்களாக ஒரு வினா, வேர் நீரைத் தேடுவது போல விடையை தேடிக் கொண்டிருந்தது. அதை வியா-சரிடம் கேட்கத் துணிந்தான். "குருவே! நீங்களோ முனிவர்; முக்காலமும் அறிந்தவர்; நீங்கள் நினைத்திருந்தால், இந்த மகாபாரதப் போரை நிறுத்தியிருக்க முடியும் அல்லவா? இத்தனை பெரிய அழிவு நேராமல் தடுத்திருக்க முடியும் அல்லவா? நீங்கள் ஏன் அதைச் செய்ய-

வில்லை? " என்று வினவினான். இதை கேட்ட வியாச முனிவர், புன்முறுவல் பூத்து விட்டு ஒரு பதிலும் சொல்லாமல் அமைதியாகலானர்.

ஜனமேஜயன் மீண்டும் அதே வினாவை கேட்கிறான் "சுவாமி! நீங்களோ தவ வலிமை பெற்றவர் ; பின்னர் நிகழ இருப்பதை முன்னரே கணிக்கக் கூடியவர்; நீங்கள் எண்ணியிருந்-தால் அனைவரிடமும் சமாதானம் பேசி இந்தப் போரை தடுத்து நிறுத்தி இருக்கலாம் அல்-லவா?" என்று கேட்கிறான். இப்போதும் வியாசமுனிவர் ஒரு பதிலும் சொல்லாமல் அமை-தியாக இருக்கிறார். இம்முறை ஜனமேஜயனுக்கு கோபம் வந்துவிடுகிறது. "குருவே! நான் உங்களிடம் தான் கேட்கிறேன் எந்தப் பதிலும் சொல்லாமல் இருக்கிறீரே" என்று உரக்க கேட்கிறான். அப்போது வியாச முனிவர், "இல்லையப்பா, என்னால் தடுத்திருக்க முடியாது; என்னால் மட்டுமல்ல யார் நினைத்திருந்தாலும் தடுத்திருக்க முடியாது சண்டை நடந்தே தீர்ந்திருக்கும் பற்பல உயிர்கள் மாய்ந்து போய்த்தான் இருக்கும்" என்று பதிலளிக்கிறார்.

எம் நகைச்சுவை நாயகன் கூறுவதுபோல "சண்டைனா சட்டை கிழிய தான் செய்யும் சண்டையில கிழியாத சட்டை எங்க இருக்கு!" என்று பதில் கூறுகிறார் வியாசர். இந்தப் பதிலைக் கேட்டு ஜனமேஜயனின் மனம் நிறைவடையவில்லை. "அது எப்படி? யாராலும் தடுத்திருக்க முடியாது என்கிறீர்கள்" என்று கேட்டுக்கொண்டே இருக்க, இம்முறை வியாச-ருக்குக் கோபம் வந்துவிட்டது.

"சரி ஜனமேஜயா! உனக்கு பத்து நாள் கழித்து நடக்கப் போவதை நான் இப்போதே சொல்லிவிடுகிறேன் உன்னால் முடிந்தால் அதைத் தடுத்துப் பார்; சரியாகப் பத்து நாள் கழித்து உனக்கு பிரம்மஹத்தி தோஷம் பிடிக்கப் போகிறது. நீ என்ன செய்தேனும் அதைத் தடுத்து நிறுத்துப் பார்க்கலாம்" என்றார். இதைக்கேட்ட ஜனமேஜயன் ஒரு நிமிடம் அதிர்ச்-சியாகிறான்.

(பிரம்மஹத்தி தோஷம் என்றால் ஒரு பிராமணரை கொலை செய்தால் வரும் பாவம்.)

இருந்தாலும் இளரத்தம் துடிக்கும் அல்லவா! "சரி குருவே நான் நிச்சயம் அதைத் தடுத்து நிறுத்திவிட்டு, உங்களிடம் வந்து நீங்களும் இதே போல் பாரதப் போரைத் தடுத்து நிறுத்தி இருக்கலாம் அல்லவா என்று கேட்பேன்" என சொல்லிவிட்டுப் போகிறான் ஜனமே-ஜயன்.

அன்று இரவே அமைச்சர்களுடன் ஆலோசனைக் கூட்டம் அமைக்கிறான். தன் நிலையை அவர்களிடம் கூறி முடிவு கேட்கிறான். அப்போது சிறப்பானதொரு பதில் கிடைக்-கிறது. பிரம்மஹத்தி தோஷம் நீங்க பத்து நாட்கள் தொடர்ந்து ஓர் யாகம் செய்தால் அதை நாம் தடுத்து நிறுத்தலாம் என்று பதில் கிடைக்கிறது. ஜனமேஜயன், "என்ன செய்வீர்-களோ ஏது செய்வீர்களோ எனக்கு தெரியாது, பத்து நாட்களுக்கு எந்தப் பிராமணரையும் என் அருகில் நெருங்க விடாதீர்கள்; சிறப்பாக இந்த யாகத்தை நாம் செய்து முடிப்போம்" என்று முடிவெடுத்தனர். பத்து நாட்கள் தொடர்ந்து தூங்காமல் கண் விழித்து வேள்வி நடத்த வேண்டும் என்பதால் எந்த அந்தணரும் முன்வரவில்லை.

அந்த ஊரிலேயே இருக்கும் எழ்மையான, உடல் மெலிந்த அந்தணர் ஒருவர், அரச காரியம், இதைச் செய்து முடித்தால் நல்ல பலன் காணலாம் என்றெண்ணி முன்வருகிறார். மறுநாள் அதிகாலையில் இருந்தே வேள்வியானது தொடங்குகிறது. பெரிய வேள்விச் சாலை அமைத்து அந்தப் பிராமணர் வேள்வியைத் தொடங்குகிறார். ஜனமேஜயனும் அதில் கலந்து

கொள்கிறான்.

தீவிரமாக நடந்துக் கொண்டிருக்கிறது; ஒன்பது நாட்கள் நிறைவடைந்து, பத்தாவது நாள் நடந்து கொண்டிருக்கிறது. அந்தப் பத்தாவது நாளிலும் இருபத்தி மூன்று மணி நேரம் முடி-வடைகிறது. இன்னும் ஒரு மணி நேரமே மிச்சம். ஜனமேஜயன் மனத்தில், இந்த ஒரு மணி நேரத்தை கடந்துவிட்டால் பத்து நாட்களுக்கான பலன் கிடைத்துவிடும்; நாமும் பிரம்மஹத்தி தோஷத்தில் இருந்து தப்பித்து வியாசரிடம் சென்று பதில் கேட்கலாம் என்று எண்ணிக் கொண்டிருக்கிறான். அந்த ஒரு மணி நேரமும் முடிவடைய கடைசி ஒரு நிமிடம் மிஞ்சி இருக்கிறது.

இத்தனை நாள் சிறப்பாக வெற்றிகரமாக இதை நடத்தி விட்டோம் இறுதி ஒரு நிமி-டத்தில் இருக்கிறோம் என்று சிறிது களிப்புடன் இருக்கும் நேரத்தில், வேள்வி நடத்த வந்த அந்த ஏழை பிராமணரைப் பார்க்கிறான் ஜனமேஜயன். அந்தப் பிராமணர் பத்து நாட்கள் தூங்காத சோர்வில் அமர்ந்தவாரே கண்ணயர்ந்து விட்டார். இறுதி ஒரு நிமிடத்தில் இவர் இப்படி தூங்குகிறாரே என்று எண்ணி பிராமணரைத் தான் தொடாமல் அருகிலிருந்த தர்ப்-பைப் புல்லால் தொட்டு சற்று தொலைவில் இருந்தே அவரை எழுப்பி விடுவோம் என்று எண்ணி ஒரு தர்ப்பைப்புல்லை எடுத்து அவர் முதுகை மெதுவாகத் தொடுகிறான். உறக்கத்-திலிருந்து வெடுக்கென்று விழித்துத் தடாலென்று எழுந்தார்; வேள்வி குண்டத்துக்குள் குதித்-தார்; எரிந்து போனார்.

இந்தப் பிராமணர் ஏன் பயந்து போய்தடாலென்று நெருப்புக்குள் குதிக்க வேண்டும் என்று கேள்வி நமக்கு எழலாம்! ஏனெனில் அவர் உறங்கிக் கொண்டு இருந்ததால் அவருக்கு கனவு தோன்றியது. அந்தக் கனவில் ஒரு கானகத்துக்குள் அவர் இருப்பதாகவும் அச்சமயம் அவரை ஒரு சிங்கம் துரத்திக் கொண்டு வருவதாகவும் அவருக்கு கனவு தோன்றியது. இவர் ஓடுகிறார்; சிங்கம் அவரை துரத்திக்கொண்டு பின்னாலே வருகிறது. கனவில் சிங்கம் தன் முன் கையை ஓங்கி இவர் முதுகை அறையும் நேரத்தில் நினைவிலும் சரியாக ஜனமேஜ-யனும் முதுகுப்பக்கம் புல்லால் தீண்டி விட்டான். இவருக்கு கனவும் நிஜமும் கலந்து போய்-விட்டது. எனவே உறக்கத்திலிருந்து தடாலென்று விழித்தார் நெருப்புக்குள் குதித்து விட்டார்.

அந்தப் பிராமணர் இறந்துவிட்டதால் இவனுக்குப் பிரம்மஹத்தி தோஷம் பிடித்துவிட்டது. கண்ணிமைக்கும் நொடிக்குள் ஜனமேஜயனின் கண் முன்னாடியே எல்லாம் நடந்தேறி விட்-டது. இந்த இடத்தில் விதிக்கான வரையறையைச் சொன்னால் சரியாக இருக்கும் என்று நினைக்கிறேன். ஒரு பிரச்சனை நிகழும்போது அதை தீர்ப்பதற்கான வழி நமக்கு தெரியும் அதற்கான ஆற்றலும் நம்மிடம் இருக்கும் ஆனால் அதை தீர்க்க முடியாது; அதை செய்-விக்கும் கர்த்தா தான் விதி!

எல்லாம் உணர்ந்த ஜனமேஜயன் வியாசரிடம் சென்று நடந்த நிகழ்வைச் சொல்கிறான். வியாசரும், "இதுதானப்பா நிதர்சனம்; விதியை யாராலும் மாற்றி அமைக்க முடியாது; நடக்-கும் என்று ஒன்று இருந்தால் அது நடந்தே தீரும்!" என்று உரைக்கிறார் சரி பிரம்மஹத்தி தோஷம் தீர ஒரு வழி உரைக்கிறேன். "மகாபாரதக் கதை கேள்! பிரம்மஹத்தி தோஷம் தீர்ந்து போகும்" என்று சொல்ல வைசம்பாயனர் என்ற தன்னுடைய தலைமைச் சீடனின் துணைகொண்டு பாரதக் கதையை வியாசர் சொல்ல, விநாயகர் அதை எழுத மகாபாரதம் பிறந்தது. இதுவே பாரதக் கதை பிறந்ததற்கான முதன்மைத் தொடக்கம். விதியின் என்னும்

கதி திண்ணம். இதையே வள்ளுவரும்

> *"ஊழிற் பெருவலி யாவுள மற்றொன்று சூழினுந் தான்முந் துறும்."*

என்று உரைக்கிறார். நாம் விதியை அறிந்து அதற்கேற்ப திட்டம் வகுத்து செயல்படுகிறோம் என்றால் விதியானது நம் திட்டத்திற்கு முன் சென்று அமரந்துகொள்ளும் என்கிறார் வள்-ளுவர். அப்படியானால் விதியை மதியால் வெல்லலாம் என்கின்றனரே அது யாது? என்று கேட்கலாம். இதற்கான பதிலை நம் சமயத் தத்துவம் தெளிவாக உரைக்கிறது.

நீ ஒரு செயல் செய்தால் அதற்கான எதிர்வினையை நீ அனுபவித்தே ஆக வேண்டும் இதுதான் விதிக் கொள்கை. என்றோ ஒரு நாள் நாம் செய்த வினைக்கான எதிர்வினையே நமக்கு நேருகிறது அறிவியற்படி காணும்போது நியூட்டனின் மூன்றாவது விதியை எடுத்துக்-கொள்ளலாம், "எந்த வினைக்கும் நிகரான அல்லது எதிரான ஒரு எதிர்வினை இருந்தே தீரும்."

இதே கொள்கையைத் தான் நம் சமயமும் கூறுகிறது. மனிதன் இன்று புரியும் செய-லுக்கான பலனையே நாளை அனுபவிக்கிறான்; அதை அனுபவித்தே தீர்கிறான். அவன் செய்யும் செயல் நன்மையானதா தீமையானதா என்பதே அதைத் தீர்மானிக்கும் கருவி. சரி சரி பிலாசபி போதும்! என்ன சொல்ல வரீங்க என்று கேட்டால் ஒன்னும் இல்லை சகோ விதியை எண்ணிப் பயப்படவும் கவலைப் படவும் தேவையில்லை. விதி என்னை வதைக்கி-றதே! இந்த நிலை எப்போது மாறும் என்று எண்ணிக்கொண்டு இருப்போருக்கு நம்ம சூப்பர் ஸ்டார் வசனம் தான் "ஆண்டவன் நல்லவங்களை சோதிப்பான் ஆனா கைவிட மாட்டான்! வர்ட்டா!!.. "

24

பாரதி - சில நினைவலைகள்

என்ற அனல் பறக்கும் கருத்துக்களைப் பார்த்தவுடனே நாம் கணித்திருப்போம், இது பாருக்கு அறிவுத்தீ மூட்ட வந்த 'பாரதி'யின் வரிகள் என்று. தன் இடையில் தங்க அரைஞாண் அணிந்திருக்கும் குழந்தைக்கு, தான் அணிந்திருப்பது மதிப்புமிக்க தங்கம் என்றே தெரியாது. அதுபோலத்தான் சிறுவயது முதலே பொருள் அறிந்தோ அறியாமலோ பாரதியின் பல வரி-களை நாம் மனனம் செய்திருப்போம்.

ஆனால், அவற்றின் பொருள் அருமையை நாம் பின்னாளில் தான் அறிகிறோம். 'பாரதி நினைவுகள்' என்னும் நூலில் இருந்து பாரதியின் வாழ்வியல் நிகழ்கள் இரண்டே இந்த கட்-டுரையின் சாரமாய் இருக்கப்போகிறது.

முதலாவதாக, பாரதியார் புதுவையில் இருந்தபோது சுதேசிகள் எல்லாரும் ஞாயிற்றுக்-கிழமை மாலை கடலுக்குச் சென்று நீராடி வருவது வழக்கம். பாரதியாரோடு அவரது சுற்-றத்தாரும் அவர்கள் வீட்டுச் சிறு பிள்ளைகளும் உடன் செல்வர். அந்த பிள்ளைகளில் ஒருவரான யதுகிரி, தனக்கு பாரதியாருடன் இருந்த அனுபவங்களை மையமாகக் கொண்டு எழுதிய நூல்தான் 'பாரதி நினைவுகள்'.

அவ்வாறு கடலுக்குச் செல்லும் வழியில் ஒருமுறை ஒரு பாம்பாட்டி தன் பாம்பை வைத்து வேடிக்கை காட்டிக் கொண்டிருந்தான். அப்போது பாரதியாரோடு வந்த குழு, அவன் அருகில் சென்றபோது, "உணவு உண்டு இரண்டு நாட்கள் ஆகிறது, ஏதேனும் தர்மம் செய்-யுங்கள்" என்று கேட்கிறான். சிறுமியான யதுகிரியின் தாய், சமுத்திர ராஜனை பார்க்-கச் செல்லும்போது வெறுங்கையோடு செல்லக்கூடாது என்று காலணா கொடுத்து அதைக் கடலுக்குள் போட்டுவிட வேண்டும் என்று சொல்லியனுப்பியுள்ளார். அந்தப் பாம்பாட்டி தர்-

மம் கேட்டவுடன் மனமிரங்கிய யதுகிரியின் அண்ணன், தான் கையில் வைத்திருந்த காலணாவை போட்டுவிட்டான்; யதுகிரியும் மற்றோரும் பாம்பாட்டிக்கு தர்மம் செய்ய மறுத்துவிட்டனர்.

பாரதியார், அந்தப் பாம்பாட்டிக்கு மனமிரங்கித் தான் அணிந்து வந்த புது வேட்டியை கொடுத்துவிட்டுத் தான் மேல் துணியாக அணிந்திருந்த கந்தல் துண்டினை இடையில் அணிந்து கொண்டார். பாரதியாரின் செயல் உடன் இருந்தோருக்கு ஆச்சரியத்தை ஏற்படுத்தியது. அனைவரும் நீர்க்கரைக்கு அருகில் சென்றவுடன் சிறுபிள்ளைகளின் கைகளை எல்லாம் பெரியவர்கள் பிடித்துக்கொண்டார்கள். பாரதியும் யதுகிரியின் கையைப் பிடித்துக் கொண்டார். யதுகிரி தன் கையில் வைத்திருந்த காலணாவை கடலுக்குள் போட்டுவிட்டாள். பாரதியார் யதுகிரியிடம் "நீ கடலுக்குள் போட்ட காலணா எதற்காக?" என்று வினவினார்.

அதற்கு யதுகிரி, "கடலுக்குள் காசு போடவில்லை என்றால் கடல் நம்மை விழுங்கிக் கொள்ளும் என்று அம்மா கூறி அனுப்பினார். அண்ணன் தான் வைத்திருந்த காசை பாம்பாட்டிக்குக் கொடுத்து விட்டான் இப்போது கடல் அவனை விழுங்கிக் கொள்ளப் போகிறது" என்று கூறினாள்.

பாரதியார், "யதுகிரி, இது எல்லாம் யார் உனக்குச் சொன்னார்கள்?" என்று கேட்டார். அதற்கு அவளும் "என் அம்மாதான் அவர்களுக்கு எல்லாம் தெரியும்" என்று பதிலளித்தாள். இதைக் கேட்ட பாரதி, இந்தக் காலணாவை அந்தப் பாம்பாட்டிக்குப் போட்டு இருந்தால் அவன் உணவிற்குப் பயனாகியிருக்கும் ; இப்போது சமுத்திரத்தில் போட்டு என்ன ஆகப்போகிறது என்று வினவ, யதுகிரியும் நீங்கள் கூறுவது சரிதான், ஆனால் நீங்கள் உங்கள் புது வேட்டியை பாம்பாட்டிக்குக் கொடுத்து விட்டீர்களே, செல்லம்மா வைவார்கள் அல்லவா? என்று கேட்டாள். எனக்கு நாலு பேர் கொடுப்பார்கள் அவனுக்கு யார் கொடுப்பார்? என்று வினவிப் பாரதியார் யதுகிரிக்குப் பகுத்து யோசிக்கும்படி நல்லறிவுரை கூறினார்.

இவ்விடத்தில் திருமூலரின் பாடல் ஒன்று நினைவுகூறுதற்கு உரியது.

> *"படமாடக் கோயில் பகவற்கு ஒன்று ஈயின்*
> *நடமாடக் கோயில் நம்பர்க்கு ஆங்கு ஆகா*
> *நடமாடக் கோயில் நம்பர்க்கு ஒன்று ஈயில்*
> *படமாடக் கோயில் பகவற்கு அது ஆமே".*

மேற்கண்ட திருமந்திரப் பாடலில், தன்னையொத்த மனிதன் பசித்திருக்கையில் கடவுட்குப் பொருளை அள்ளிக் கொடுப்பதையும் காணிக்கை அளிப்பதையும்விட நேரடியாக பசியில் வாடும் மனிதன் ஒருவனுக்கு அந்தப் பயனை அளித்தால், அது இறைவனுக்கே நேரடியாகச் சென்று சேரும் அல்லவா! என்று திருமூலர் கேட்கிறார். நமக்குப் புரியும்படி சொன்னால், நம் தலைவர் சொல்வது போல், "குழாய் அடியில விழுந்து என்ன பிரயோசனம், கோயில் வாசல்ல தான் போய் விழுகணும்!" உபயோகம் இல்லாமல் பொருளற்ற பொருளைச் செய்வதில் பயனில்லை. என்ன நண்பா புரியுதா! எச்சச்ச எச்சச்ச கச்சச்ச கச்சச்ச!

பின் அவர்கள் வீட்டிற்குச் சென்று புத்தோடைகளை உடுத்தினர். அப்போது பாரதிக்காக யதுகிரியின் தந்தை 2 புது வேட்டிகளை கொடுத்தார். இதைக் கண்டவுடன் பாரதியார் யது-

கிரியை அழைத்து நான் ஒரு வேட்டி தான் தானமாக கொடுத்தேன்; எனக்கு உன் அப்பா இரண்டு புது வேட்டிகள் கொடுத்துவிட்டார், இப்போது சொல் யார் தாராளம்? என்று பாரதியார் கூற யதுகிரியும் உணர்ந்தாள்.

❧

இரண்டாம் நிகழ்வு என்னவெனில், ஒருமுறை பாரதி யதுகிரியிடம் பேசிக்கொண்டிருக்கும்போது தான் ஒருமுறை ரயிலில் சென்ற ஒரு அனுபவத்தைச் சொல்லுகிறார். அந்தப் பெட்டியில் இளம் வயதான கணவன்-மனைவி இருவரோடு பாரதியும் மூவராக பயணிக்கிறார். அந்த மனைவியும் குனிந்த தலையை நிமிரவில்லை. பாரதியும் அந்த கணவனும் நன்றாக ஊர்க் கதை பேசிக்கொண்டு வருகிறார்கள். ஒரு நிறுத்தத்தில் வண்டி நின்றதும் அந்தக் கணவன் தேநீர் அருந்த இறங்கிச் செல்கிறார்.

உடனே அந்த மனைவியானவள் பாரதியிடம் ஊர் பெயர் எல்லாம் விசாரிக்கிறாள். சென்ற கணவன் வருவது தெரிந்தவுடன் வாய்க்குப் பூட்டு இடுகிறாள். பிறகு நான் வெற்றிலை வாங்கப் போனேன்; கணவன் மனைவி இருவரும் கலகலவென சிரித்துப் பேசிக் கொண்டிருந்தார்கள். நான் வருவதை பார்த்ததும் அந்தப் பெண் மீண்டும் வாய்க்குப் பூட்டு இட்டுவிட்டாள். இது என்ன வழக்கம்? சுத்த முட்டாள்தனம் இல்லையா? ஆண்கள் முன் பெண்ணுக்கு பேசும் உரிமை கூட இல்லையா? "இதோ பார் யதுகிரி இந்த மூடத்தனங்களையும் சாஸ்திர சம்பிரதாயங்களையும் கண்டித்துப் பெண் விடுதலை வேண்டி, நான் ஒரு பெரிய கட்டுரை எழுதப் போகிறேன்; பாட்டுகளும் செய்யப் போகிறேன்" என்று பாரதியார் கூறினார். "அது இருக்கட்டும் நாங்கள் இப்போது கும்மி கொட்டி விளையாடுவதற்கு ஒரு பாட்டுச் சொல்லுங்கள்" என்று யதுகிரி கேட்டாள். அப்படிப் பிறந்த பாட்டுதான்,

> "*கும்மியடி! பெண்ணே தமிழ்நாடு முழுவதும் குலுங்கிடக் கைகொட்டிக் கும்மியடி! கற்பு நிலையென்று சொல்ல வந்தார் இரு கட்சிக்கும் அஃது பொதுவில் வைப்போம். வற்புறுத்திப் பெண்ணைக் கட்டிக் கொடுக்கும் வழக்கத்தை மிதித்திடுவோம். பட்டங்கள் ஆள்வதும் சட்டங்கள் செய்வதும் பாரினில் பெண்கள் நடத்த வந்தோம் எட்டும் அறிவினில் ஆணுக்கிங்கே பெண் இளைப்பில்லை காண் என்று கும்மியடி!*"

காக்கை குருவிகள் அவன் சாதி, தமிழ்நாட்டு கற்களும் முட்களும் சொல்லும் அவன் சேதி, புதுமைக்கும் கவிதைக்கும் அவன் சாரதி, புரட்சியின் எழுச்சி அவன்தான் பாரதி!

25

அம்பேத்கர் கண்விழித்த புத்தர் ஓவியம்

டாக்டர். பாபா சாகேப் அம்பேத்கருக்கு வரைகலையில் தனி பிரியம் உண்டு. ஓவியங்களைக் ரசித்து ரசித்து இயலத்துப் போகும் அவர், திருத்தமாக வரைவதிலும் பெரும் ஆர்வம் கொண்டிருந்தார். அவர் தன் வரைகலைப் பயிற்சியை பி. ஆர். மதிலாகேகரிடம் பயின்றார்.

பல நூல்களை வாசித்தும், விலைகொடுத்து வாங்கியும் வரைகலையில் தேரினார். வரை-யத் தொடங்கிவிட்டால் அவர் தன்னையே மறந்து ஓவியத்திற்குள் புகுந்து விடுவார். அவருக்கு வின்ஸ்டன் சர்ச்சில் எழுதிய 'பொழுதுபோக்கிற்கான ஓவியக்கலை' (PAINTING AS A PASTIME) என்னும் நூலை ஆங்கிலத்தில் வாசித்த பிறகுதான் ஓவியக் கலையின் மீது அளவற்ற வேட்கை வளர்ந்தது.

தன் முழு சிந்தனை வீச்சையும் எண்ணவோட்டத்தையும் தன் நம்பிக்கை, மற்றும் தத்து-வார்த்த ரீதியில் பயன்படுத்தி சமத்துவத்தை நிலைநாட்ட போர்புரிந்தார். அவர் ஓவியக்கலை தத்துவங்கள் முதலிய எல்லா கலைகளையும் 'சரத்' என்றே வழங்கினார். சரத் எனில் 'நகர்-தல்' என்று பொருள்.

எல்லா கலைஞர்களிடமும் தங்களின் வரைகலையில் மனித இனத்தின் உட்சபட்ட வாய்-மையையும் உச்சகட்ட வனப்பையும் வெளிக்கொணரும்படி கேட்டுக்கொண்டார். அதாவது அவர் கலைஞர்களை இடைநிறுத்த அனுமதிக்கவில்லை. அவர் 'நடக்கும்படியான புத்தரை' ஓவியத்தில் காண விரும்பினார். அவரே கண் திறந்த நிலையில் இருக்கும் ஒரு புத்தர் ஓவியத்தை வரைந்திருந்தார்.

> "கண் மூடி இருக்கும் புத்தரால், மனித சமூகம் துயர்கொள்ளும் குரோத நிலையை காண முடியாதே! ஆனால் நம் சித்தார்த்தரோ உலக மக்கள் அனைவரும் துயரத்தால் எரிந்து அழகை தன் கண்களால் புரிந்துகொண்டவர் அன்றோ!"

புத்தர் தன் கண்களால் கண்ட அனுபவங்கள்தானே துயரத்தின் தீர்வு காணும்பொருட்டு ததாகதராய் மாற அவரை மெருகேற்றியது. அவருடைய திறந்த கண்கள் தானே மூடநம்பிக்கைகளுக்கு தீர்வுவிட்டு நவீன தத்துவங்களுக்கு பிறப்பளித்தது. இந்தத் தத்துவம்தான் பரம்பொருளை எல்லாம் ஒன்றிணைத்தது.

அம்பேத்கரின் ஓவியத்தில் வெளிப்படும் விழித்த நிலையில் உள்ள புத்தரின் முகம், எல்லாவிதத் தருக்கப் படிப்பினையிலும் மத்திய நிலை வகிக்கும்படியான பார்வை. இது புரட்சிகரமானது என அவர் நம்பினார். "எனக்கு நடக்கும் நிலையில் புத்தர் ஓவியம் வேண்டும்" என்று கேட்ட அம்பேத்கர், தனது சித்தாந்தங்களை புத்தரோடு இணைத்துக் கொண்டார். அவருடைய சித்தாந்தம் என்னவெனில் அது நடமாடும் 'புத்த பிக்கு' ('Sabbam anichacchya').

கண் விழித்த நிலையில் இருக்கும் புத்தரை வரைந்ததன் மூலம் அதுவே அவரை கண்டைய முழுமையான சாளரம் என்றும், பூரண ஞானம் என்றும் அம்பேத்கர் நம்பினார். அந்த வெளியில்தான் அம்பேத்கர் - புத்தர் பாலம் கட்டமைக்கப்பட்டது. அவருடைய ஓவியமான 'விழித்த நிலையில் புத்தர்' என்பது நாக்பூர் மாநாட்டில் ஏற்ற இருபத்து இரண்டு சபதங்களை போல மாபெரும் புரட்சி என்று அவர் நம்பினார்.

இவ்வோவியம் 'சாதியை அழித்தொழித்தல்' போன்ற புரட்சிகரமான விஷயம் என்றும் 'இந்து மதத்தில் உள்ள புதிர்' போன்ற பூதாகரமான செய்கை என்றும் அவர் நம்பினார். அம்பேத்கர் இந்திய அரசியலமைப்பில் நிகழ்த்திய புத்தாக்கத்தை போலவே இந்தப் புத்தர் ஓவியத்தையும் கருதி மகிழ்ந்தார். அம்பேத்கரை முன்னிறுத்தியெழுந்த கலைகளுக்கெல்லாம் பாபா சாகேப் வரைந்த இந்தக் கண் திறந்த புத்தர் ஓவியமே அடித்தளம்.

புத்தரின் திறந்த கண்கள் அம்பேத்கர் வழி வந்த ஓவியர்களின் கண்களையும் திறந்து வைத்தது எனலாம். மேலும் புத்தரின் இந்த திறந்த கண்கள்தான் அம்பேத்கரின் சார்பு நிலையை உடைய கலைஞர்களுக்கு ஊக்கம் அளிப்பதோடு தீக்ஷ பூமியாகவும் மாறியுள்ளது.

மூலம் : Dr.யஷ்வந்த் மனோகர், தி ரவுண்ட் டேபிள் வலைத்தளம்

மொழிபெயர்ப்பு : யுவபி.

26

நாகசாமியின் கடந்த காலப் பாய்ச்சல்

பதினெட்டு ஆண்டுகளுக்கு முன் நடந்த நிகழ்வு அது. ஒரு இருள் சூழ்ந்த அழகிய மாலைப்பொழுதில் நாங்கள் காஞ்சி கைலாசநாதர் கோயிலில் இருந்தோம். அது பல்லவ மன்னன் ராஜசிம்மனால் எழுப்பப்பட்ட கற்றளி என்பது நாம் எல்லோரும் அறிந்ததே.

அன்றைய தினம் வேட்டி சட்டை அணிந்துகொண்டிருந்த டாக்டர் ஆர். நாகசாமி, கோயிலின் முன் மண்டபத்தில் இருந்த கல்வெட்டுக்களை பார்வையிட்டு எங்களிடையே கதைக்கத் தொடங்கினார். இந்த கல்வெட்டு கன்னட தேசத்தில் பாதாமி சாளுக்கிய மன்னன், இரண்டாம் விக்ரமாதித்யனால் கொடுத்த அளிக்கப்பட்டது. பல்லவர்களும் சாளுக்கியர்க-ளும் எதிர் எதிர் துருவத்தில் இருந்த காலம் அது. பல்லவர்களைத் தோற்கடிக்க எண்ணிய சாளுக்கிய மன்னன் விக்கிரமாதித்தன், பல்லவ நாட்டினுள் படையெடுத்துச் சென்று, மூன்-றாம் மகேந்திரன் ஆன பரமேஸ்வர பல்லவனை வெற்றிகொண்டு காஞ்சிபுரத்தை கைப்பற்-றுகிறான்.

அச்சமயம் சாளுக்கியப் படையுடன் கைலாசநாதர் கோயிலை அடைந்தபோது இரண்-டாம் விக்ரமாதித்தியன் கட்டிய அக்கோயிலின் கட்டிடக் கலையை கண்டு திகைத்து நிற்கி-றான். "நாட்டையே கைப்பற்ற வந்தவன் கோயில் அழகினால் கைப்பற்ற பட்டான்" என்று டாக்டர் நாகசாமி அவர்களும் சொல்லி அதிசயித்தார். மேலும் அவர் கூறத் தொடங்கும்-போது, "கன்னட கல்வெட்டுகள் விக்ரமாதித்யனின் கொடைகளையும் அவன் கோயிலுக்கு அளித்த பொன் தானத்தையும் பற்றிப் பேசுகிறது. மேலும் விக்ரமாதித்யன் கோயிலில் இருந்து எதையும் கைப்பற்றி எடுத்துச் செல்ல வேண்டாம் என்றும் அவனுடைய படைகளுக்கு அறி-வுறுத்தியதான்" என்று கூறினார்.

எனினும் விக்ரமாதித்தியனின் பட்டத்து மகிஷியான லோகமாதேவியின் விருப்பத்தை நிறைவு செய்யும் பொருட்டு, பட்டடக்கல் எனுமிடத்தில் காஞ்சிபுர சிற்பிகளின் கைவண்-ணத்தில் விருபக்ஷர் கோயில் எழுப்பினான். அது காஞ்சி கைலாசநாதர் கோயிலைக் கண்ட விக்ரமாதித்தியனின் அகத் தூண்டுதலால் எழுந்த கோயில் எனில் அது மிகையல்ல.

சிறந்த கதைச்சொல்லி ஆன டாக்டர் நாகசாமி அவர்கள் தன்னுடைய தொண்ணூற்று ஓராம் அகவையில் சென்னையில் ஜனவரி 23 அன்று காலமானார். அவர் பிறப்பிலேயே ஒரு சிறந்த கதைசொல்லி என்பது குறிப்பிடத்தக்கது.

செப்டம்பர் 2011- ல், தமிழ்நாட்டில் அரியலூர் மாவட்டம், ஸ்ரீபுரந்தன் எனும் கிராமத்தில் இருந்த நடராஜர் சிலை ஒன்று கொள்ளை போனது. அது ஆஸ்திரேலியாவில் இருந்து சென்னைக்கு மீட்டுவரப்பட்டது. டாக்டர் நாகசாமி அவர்கள், சோழச் செப்பேடுகளை கண்ட பேரின்பத்தில் திளைக்க ஆரம்பித்தார். சோழச் செப்பேடுகளின் உன்னதமான அதன் கலை நுணுக்கங்கள் அவரை, முதலாம் குலோத்துங்க சோழனின் ஸ்ரீபுரந்த கோயிலுக்குச் செய்த பெரும் அற்பணிப்பைப் பற்றி சிந்திக்கச் செய்தது.

அச்செப்பேட்டில் சிவபெருமான் ஒளி வட்டத்திற்கு நடுவில் புரியும் ஆனந்தத் தாண்டவப் படிமம் ஒன்று உள்ளது. அந்த ஒளிவட்டம் பிரபஞ்சத்தை குறித்து நிற்கிறது என்றார். அதிலி-ருந்து இருபத்தி எட்டு தீப்பிழம்புகள் வெளிப்படுவதாகவும் அது இருபத்தி எட்டு நட்சத்திரங்-களை குறிப்பதாகவும் அவர் கூறினார். அந்தக் கிராமத்தின் பெயரான ஸ்ரிபுரந்தன் என்பது ஸ்ரீ பராந்தகன் என்னும் பெயரின் மரூஉ ஆகும். அது முற்காலத்தில் பராந்தக சதுர்வே-திமங்கலம் ஆக இருந்தது என்றும் முதலாம் இராசராச மன்னனின் தந்தையின் பெயரான பராந்தக சுந்தர சோழனின் நினைவாகச் சூட்டிய பெயர் என்றும் அவர் கூறினார்.

சோழச் செப்பேட்டு வல்லுநர்

டாக்டர் நாகசாமி அவர்கள் பல்துறை வல்லுநர். தொல்லியல் துறை, கட்டிடக்கலை ஆகி-யவற்றில் ஈடுபாடு மிக்கவர். கல்வித் திறத்திலும் மிகத்தேர்ந்தவர் என்பது வியப்புக்குரிய ஒன்று. மேலும் அவர் ஒரு கட்டிடக்கலை வல்லுநர், தொல்லியல் ஆய்வாளர், உருவப்பட கலை வல்லுனர், தமிழ் மற்றும் வடமொழியில் கைத்தேர்ந்தவர். சோழச் செப்பேடுகளின் படி-யெடுப்பாளர் மற்றும் நாணயவியலாளர். அவரால் தமிழ் மற்றும் வடமொழியில் இருக்கும் பனையோலைக் கையெழுத்துப் பிரதிகளையும் செப்புப் பட்டயங்களையும் எளிதில் படிக்கவும் முடியும் என்பது அவருடைய பல்துறை அறிவு முதிர்ச்சியை காட்டுகிறது.

அவர் தமிழ் பிராமி எழுத்து, வட்டெழுத்து, கிரந்த எழுத்து, நாகரி எழுத்து ஆகிய-வற்றை கற்ற முன்னோடியாவார். ஹரப்பா நாகரீகம் தொடர்பான ஆராய்ச்சியில், ராஜ்ஸ்தா-னின் காலிபங்கன் அகழ்வாராய்ச்சியில் ஈடுபட்ட நாகசாமி, பி.கே. தாபர் மற்றும் பி.பி. லால் தலைமையிலான இந்திய அகழ்வாராய்ச்சி குழுவில் ஒருவராய் பங்கெடுத்து பல வரலாற்றுப் புதிர்களை வெளிக்கொணர்ந்தார்.

திறம் வாய்ந்த புகைப்படக் கலைஞரான நாகசாமி, தானே தன்னுடைய புத்தகங்கள், தனிக் கட்டுரைகள், சிற்றேடுகள் ஆகியவற்றிற்கு புகைப்படம் எடுத்துக்கொள்ளும் பணியைப் பெரிதும் விரும்பினார்.

அவற்றுள் திருமால் கோயில்களான காஞ்சிபுரம், தரங்கம்பாடி, உத்திரமேரூர் ஆகியன-வும் சிறந்த புகைப்பட மற்றும் எழுத்து பணிகளாக அடங்கும். அதன் தலைப்பு ஒவியப் பாவை. இது தமிழ்நாட்டின் சிற்பக்கலை, சுவர் ஓவியங்கள், செப்பேடுகள், நுண்கலைகள் ஆகியவற்றின் வரலாற்றைப் பற்றி பேசுவன. ஒரு விமானப் பொறியியலாளரான திரு நாக-

சாமி, விமானப் பொறியியலில் பயன்படும் டைகர் மாத் இன்ஜின் பராமரிப்பில் வல்லுநர். அவர் இந்திய ஆயுதப் படையின் சீருடையை அணிந்து டைகர் மாத் மற்றும் வேறு பொறி-யியல் கருவிகளோடு நின்றிருந்த புகைப்படங்களை கண்டிருப்போம். மேலும் அவர் யோகா பயிற்சியிலும் ஆர்மோனிய இசைப் பயிற்சியிலும் நிபுணத்துவம் பெற்றிருந்தார். அவர் பல மேடை நாடகங்களுக்கு நடன இயக்குநராகவும் இருந்துள்ளார். பின் அவருடைய திறமை சிதம்பர நாட்டியாஞ்சலி விழாவில் அவரை அரங்கேற்றவும் செய்தது.

பன்முக ஊக்குவிப்பாளர்

முக்கியமாக அவருடைய கல்லூரி மாணவர்கள் மற்றும் ஆய்வு மாணவர்களிடம் அவருக்கு இருக்கும் குழந்தைத்தனம் நிரம்பிய உற்சாகமான அனுபவங்களை பகிர்ந்து கொண்டார். ஆரம்ப காலத்தில் சென்னை எக்மோர் அரசு அருங்காட்சியகத்தின் கலை மற்றும் அகழாய்வு துறையின் பயிற்சியாளராக தொடங்கி, பின்னர் தமிழ்நாடு மாநில அகழாய்வு துறையின் இயக்குநரானார். டி.என். ராமச்சந்திரன் இவருக்கு முன் அவ்வியக்குநர் பதவியில் இருந்தார் என்பது குறிப்பிடத்தக்கது.

> "அகழாய்வு துறையின் மேம்பாட்டிற்குப் பெரிதும் துணை நின்று, தஞ்சை தமிழ்ப் பல்கலைக் கழகத்தை ஒரு உற்சாகமான சூழல் பொருந்திய கல்வி நிறு-வனமாக அமைக்க அடித்தளம் அமைத்தவர் என்றும் பலத்தரப்பட்ட அகழ்வா-ராய்ச்சிகளிலும் கட்டிடக் கலையிலும் கோயிற்கலை பாதுகாப்பு குறித்த அறிவும் பனையோலை ஏடுகளை திரட்டும் பணியிலும் பலரை ஈடுபடுத்தியவர் என்றும் திரு. நாகசாமி போற்றப்படுவார்"

என்று தஞ்சை தமிழ் பல்கலைக்கழகத்தின் சிற்பக்கலை மற்றும் அகழ்வாராய்ச்சி துறையின் மேனாள் தலைவர் டாக்டர் சுப்பராயலு புகழாரம் சூட்டுவார்.

பாண்டிச்சேரி மத்தியப் பல்கலைக்கழகத்தின் வரலாற்றுத்துறையின் முன்னாள் பேராசிரி-யரான டாக்டர் கே.ராஜன் அவர்கள், டாக்டர் நாகசாமி பற்றிப் பேசுகையில், "அவர் கல்-வித் தரத்தில் வல்லுநர் மட்டுமன்றி தமிழ்நாட்டின் எல்லா மூலை முடுக்குகளிலும் சென்று பயணித்த ஒரு அகழ்வாராய்ச்சித் துறை படைவீரரும் ஆவர்" என்கிறார்.

டாக்டர் நாகசாமி அவர்கள் முதல் தலைமுறை கல்வெட்டு அறிஞர்களுக்கு துறை சார்ந்த அறிவைப் புகட்டி செறிவாக்கிய பயிற்சியாளர். அத்தகையப் பயிற்சியாளர்களை பின்னாளில் அத்துறையின் வல்லுநர்களாக விளங்கினர் என்பது அனைத்து அறிஞர்களாலும் ஏற்றுக் கொள்ளப்பட்டக் கருத்து. அத்தகு அறிஞர்கள் யாவரும் இப்போது ஓய்வு பெற்-றிருந்தாலும் அவர்கள் பெரிய கல்வெட்டுத்துறை சார்ந்த அறிவுப் பாதையை அமைத்துக் கொடுத்து சென்றிருக்கின்றனர். கல்வெட்டுத் துறையின் முன்னோடி மற்றும் தமிழ்நாடு மாநில அகழ்வாராய்ச்சித் துறையின் உறுதுணையாக விளங்கி, கல்வெட்டு துறை, வரலாற்றுத் துறை மற்றும் தமிழ் இலக்கியத்துறையின் ஓராண்டு பட்டயக் கல்வியை உருவமைத்து மாணவர்க-ளுக்கு பேருதவி செய்த டாக்டர். நாகசாமி ஐயா அவர்களுக்கே இந்தப் பெருமை அனைத்-

தும் சாரும். மாணவர்கள் இந்த ஓராண்டு பட்டயப்படிப்பு முடிந்ததும் அத்துறையிலேயே பணியமர்த்தப்பட்டனர் என்பது கூடுதல் சிறப்பு. மேலும், பள்ளி ஆசிரியர்களுக்கு கோடை-கால பயிற்சி வகுப்புகள் நடத்தி அவர்களுக்கும் கல்வெட்டியல் புகட்டி நூற்றுக்கணக்கான கல்வெட்டுகளை ஆய்ந்து தமிழகம் முழுவதும் இத்துறையைப் பரவச் செய்தார்.

டாக்டர் சுப்புராயலு அவர்கள் கூறுகையில், "திருவண்ணாமலை மாவட்டம் செங்கம் கல்வெட்டுகள், அகழ்வாராய்ச்சியின் போது கிடைத்த நடுகற்கள் ஆகியன பற்றி குறிப்பெ-டுத்து அவற்றை பதிப்பித்த பெருமை டாக்டர் நாகசாமி அவர்கள் இயக்குனர் பதவியில் இருந்தபோது நிகழ்ந்ததாகும். இதுவே மாவட்ட வாரியாக கல்வெட்டின் கருத்துக்களைப் பதிப்பதற்கு ஒரு முன் எழுச்சியாக அமைந்தது. பின்னர் ஐம்பையில் கிடைத்தத் தமிழ் -பிராமி கல்வெட்டுகள், பூலாங்குறிச்சி வட்டெழுத்து கல்வெட்டுகள் ஆகியவை பதிப்பானதற்-கும் ஒரு ஆக்கமாய் அமைந்தது."

திறம் வாய்ந்த பிற்கால கல்வெட்டியலாளரான ஐராவதம் மகாதேவன் அவர்களைப் பெரி-தும் பாராட்டியதோடு, இருவரும் இணைந்து தமிழ்-பிராமி கல்வெட்டுகளைப் படிப்பித்தனர். பாண்டிச்சேரி பிரெண்ட்ஸ் நிறுவனத்தின் பேராசிரியரான பிரான்சிஸ் கிரோஸ் அவர்களோடு இணைந்து உத்திரமேலூர் பற்றி யாரும் இதுவரை செய்திராத புத்தாய்வு ஒன்றை மேற்-கொண்டு, உத்திரமேலூரில் பிரெஞ்சு சார்ந்த தரவுகளைத் திரட்டி ஒரு தனிக் கட்டுரை வெளியிட்டார்.

டாக்டர் நாகசாமி அவர்கள், கல்வியில் அமைந்திருக்கும் முரண்களை களைய முயன்ற ஒரு போராளியும் கூட. அவர் பல்லவக் கல்வெட்டுகளைப் பற்றிக் கற்றறிந்து, மாமல்லபுரம் முற்றிலும் ராஜசிம்மன் உடைய ஆக்கங்களே என்று நிறுவினார். அவருடைய கருத்தை மற்ற ஆய்வாளர்கள் எதிர்த்தனர். அது முதலாம் நரசிம்மவர்மன் கட்டியது என்றும் முதலாம் பரமேசுவரவர்மன் கட்டியது என்றும் வாதிட்டனர். இவ்வாறு அவருடைய பல நூல்களில் முரண்பட்ட கருத்துக்களும் காணப்படுகின்றன.

இருப்பினும் டாக்டர் ராஜன் அவர்கள் சொன்னதுபோல, "நாம், ஆக்கத்தை அள்ளித்தந்த இந்திய அகழ்வாராய்ச்சி அறிஞர்களுள் குறிப்பிடத்தக்க ஒருவரை இழந்துவிட்டோம்."

மகிழின

27

காதல் பெருமான்

Mr.சந்திரமௌலி (அலெய்ஸ்) சந்திரமௌலீஸ்வரர் - அவன் அப்பா, அரசனுக்கு இணை-யான செல்வந்தர். மூத்த மனைவியை விடுத்து முத்தம்மையை மணந்தவர், இறை சேவகர். அக்கா அதிபுத்திசாலி, அழகி, பெற்றோர் போற்றும் பிள்ளை. இவனுக்கு வயது 14 தான் மாணிக்க சிவப்பு வண்ணம், ஒளி பொருந்திய முகம், வலது கையில் ஆறு விரல் (புதிய கீதை விஜய் போல்). காலையிலிருந்து இலக்கணம், கோவில், வேதபாடம், மனை சாஸ்தி-ரம், இசை, நடனம் என வரிசையாக வகுப்புப் பட்டியல். அனைத்திலும் கெட்டிக்காரன்.

அம்மா கொடுத்த ஒற்றைக் காசோடு அபேஸ் செய்த பத்து காசும் சேர்த்து நண்பர்க-ளோடு செலவு செய்வான். தின்பண்டம் வாங்குவான், ஆசானுக்குப் பொருட்கள் வாங்கித் தருவான். இன்று என்ன கேள்வி கேட்பான்; என்ன விளக்கம் தருவான் என ஆசிரியர்களும் மாணவர்களும் எதிர்நோக்கி காத்திருப்பார்கள். அத்தகு பெரும்புள்ளி நம்மவர். பெரும்-புள்ளி என்றாலே சிக்கல்தான். மாலையில் வகுப்புகள் முடிந்ததும் தனியே தன் உறவினர் வீட்டிற்குச் செல்வான். "காசில்லாதவன் கடவுளானாலும் கதவை சாத்தடி.." என்ற பாடலுக்கு அடி எடுத்துக் கொடுத்தது, அந்த வீடாகத்தான் இருக்கும். ஆம், அவன் தாய் முத்தம்மை தேவரடியார் குலத்தைச் சார்ந்தவள். குடும்பம் குட்டி என்று மாறிவிட்டாள். ஆனால் அவள் கூட்டமோ கலை என்று கூறிக் கொண்டு, தாஸிகளாகவே இருந்துவந்தனர். இவன் தொடக்-கத்தில் அவர்களுடைய நாட்டிய நாடகங்களை காண அங்கு செல்வான்.

அரங்கேற்றத்தின் போது கூட்டம் அதிகம் இருக்கும் என்பதால் ஒத்திகைக்குச் செல்வான் . அவனுக்கு சோறு போட்டு அமர்த்தி ஆடி காட்டுவார்கள். ஆனால் 'காலமும் சூழலும் ஒருவனை மாற்றும்'. இவனும் விதிவிலக்கல்ல. பார்க்கக்கூடாததைப் பார்த்தான், தேவைக்கு அதிகமாக தெரிந்து கொண்டான். சொல்லும் சிற்பமும் ஊறிய நெஞ்சில் ,தொல்-லும் வேத-மும் பதிந்த மனதில், கள்ளமில்லா எண்ணத்தில் காமம் குடி கொண்டது.

தன் பிள்ளைக்கு ஞானமும் புகழும் கிடைக்க வேண்டுமென, அவன் பிறந்த பொழுது ஊரில் உள்ள அத்தனை சாதுக்களுக்கும் ஆடையும் தயிர் சோறும் Mr.சந்திரமௌலீஸ்வரர் தானம் கொடுத்திருந்தார். ஆனால் இன்று! படிப்பில் நாட்டம் இல்லை, போக்கு வரவும் சரியில்லை. தகவல் தாய் - தகப்பனுக்கு போனது. 15 வயதிலிருந்தே 7 1/2 சனி, நேரம் சரியில்லை என்று அதட்ட முடியாமல் அட்வைஸ் செய்தார்கள். அதையெல்லாம் அவன்,

காதில் போட்டுக்கொண்டால்தானே! ம்ம்ஹூம்..

விருட்டென்று தாசிகள் வாழும் தெருவிற்குள் நுழைந்தான். இன்று வேறொருவர் வீடு. "உங்களுக்கு நாட்டியம் ஆட பாட்டு வேண்டுமா?, நாடகம் வேண்டுமா?", என்று வழியன போய் எழுதித் தந்தான். அது அன்றுவரை கேட்காத கதை, பார்க்காத பண், துள்ளல் ஒசை தூக்கிப் பிடித்தது தாசி குலத்தை. 'சிவனுக்கு எதுவும் தருவேன்' என்பதே அந்நாடகம். நாடகம் வெற்றி பெற்றது, கூலியாக அந்தத் தாசிக் கூட்டத்திலேயே அழகிய இளம் பெண் வேண்டும் என்று கேட்டுப் பெற்றான். அந்தத் தாசிகளுக்கும் வியாபாரம் பெருகியது.

நாய்க்குத் தீனி போட்டு நம்முடனேயே வைத்துக்கொள்ளவேண்டும் என்று திட்டம் போட்-டார்கள். அவனுக்கு தினமும் ஒருத்தி விருந்து படைத்தாள். அவன் செப்புக் காசுக்கு ஆசைப்பட்டு, தங்கக் காசை திருடி வந்தான். விஷயம் அறிந்த வேறு ஒரு தாசி அவனை மடக்கினாள். அவனை காமக் கிளர்ச்சிக்கு உள்ளாக்கினாள்.

> *"'காமம் நாய் போல, அதை தலையில் வைத்துக் கொண்டு ஆட முடியாது,*
> *மார்பில் போட்டு தூங்க முடியாது, காலின் கீழ் படுக்க வைப்பதுதான் நல்லது .*
> *நாய் நல்ல பிராணி .அன்பின் வடிவம் ஆனாலும் , அதை எவ்வளவு கொண்-*
> *டாட வேண்டுமோ அவ்வளவுதான் கொண்டாட வேண்டும். நாயைக் கொஞ்சு-*
> *வதில் தவறில்லை ஆனால், நாயோடு வாழ்க்கை முடிவதில்லை.'"*

இந்தத் தெளிவு இருந்தால் வாழ்க்கை சுகமாகும்.

ஆனால் சாமானியன் போல் அவனுக்கும் தெளிவு இல்லை. அடுத்த நாடகம் 'காமத-கனம்'. அவனுக்கு அழைப்பு 'காஞ்சி'யில் இருந்து வந்தது. வட மொழி கற்கச் செல்கிறேன் என அம்மாவிடம் பொய் கூறி விடைபெற்றான். சரி கலவியும் கல்வி தானோ என்னவோ. அவளுக்கு 'வள்ளித் திருமணம்' பக்திச் சுவை சொட்ட எழுதி தந்தான், பரிசாக உலகின் அழகிய தாசியான அவளையே பெற்றான்.

' தலைக்கு மேல் போனப்பின் ஜான் என்ன? முழம் என்ன?' அவன் எல்லை மீறி விட்டான் என்றதும், சொத்து பிரிக்கப்பட்டது. அடித்தது ராஜயோகம். ஒரு குடம் பொற்கா-சுகளுடன் கடல்மல்லைக்குச் செல்வான். வெளிநாட்டு விலைமாதரோடு இன்புறுவான். பின் மீண்டும் வந்து காசை எடுத்து செல்வான். இப்படியே செல்ல காசெல்லாம் கரைந்தது.

பலபேர் உண்ட எச்சில் உணவை உண்டதால் உடலில் நோய் தங்கியது. 'குணப்படுத்தவே முடியாத குன்ம நோய் அது'. நடந்தே ஊருக்கு வந்தான். அன்று அவன் தாய் இறந்து 10ஆம் நாள். அன்னதானம் உண்ணும் போது மனம் விம்மியது. தந்தையார், மருத்துவம் பார்க்க 'குச்சிபாளையம்' கூட்டிச் சென்றார். நாயை கொண்டுவந்து நடுவீட்டில் வைத்தா-லும் அதன் புத்தி எங்கேயோ செல்லும், அதுபோல வழியில் வந்த 40 வயது மாதுவை, 50 காசுக்கு விலை பேசினான். நல்லவேளையாக அவன் குன்ம நோய்க் கண்டு பின்கட்டு வழியாகத் தப்பிச் சென்றுவிட்டாள். தகவல் தந்தையை சென்றடைய 'இந்த ஜென்மம் இனி திருந்தாது' என்று அவனை கைவிட்டார்.

இனியும் இப்படித்தான் என்றிருந்தால், இந்த வீட்டில் இனி இருக்காதே என அக்கா அதட்டியவுடன் வெட்டி ரோஷம் பொத்துக் கொண்டு வீட்டை விட்டு வெளியேறியது.

கோயில் வாசலில் பிச்சை எடுத்துப் பிழைத்தான். ஆனால் மனம் பொறுக்கவில்லை . ஊரா-
ரின் ஏச்சும் பேச்சும் தாங்காது, ஒரு நாள் 'கபால மலையிலிருந்து கவிழ்ந்து விடலாம்' என
யாரோ எண்ணியது போல் "கோபுர உச்சியிலிருந்து கவிழ்ந்து விழ எத்தணித்தான்" , உறக்-
கத்தில் முற்பிறவி நினைவுக்கு வந்ததாம். எனினும் கோபுரத்திலிருந்து 'முருகா'என கத்திக்
கொண்டு குதித்தான். ஆனால் கீழே விழவில்லை.

"குழந்தாய் , ஆண் குழந்தாய் ,மேலே மேலே..up - ல, ஆறடி gap ல் ஆகாயத்தில்
சாந்த ஸ்வரூபியாக காட்சி தந்தார் முருகர்"

"முருகா நான் பயத்தைப் போக்க கத்தினேன், உன்னை கூப்பிட்டேனென நீ வந்துவிட்-
டாய்" என்றான்.

" ஐயைய்யோ, அப்படியா! confusion ஆகிவிட்டேன், Sorry பக்தா. சரி வந்துவிட்-
டேன் ஒரு பாடல் பாடு" என்றார்.

"என்னது, யோவ் நானே Suicide try பண்ணா, நீ என் பிளானை கெடுத்தது மட்டு-
மில்லாமல் பாடு , ஆடுனா சொல்ற. உனக்கு எப்படி சொல்றது.. என் வாயிலிருந்து வரு-
வதெல்லாம் Non - vegetarian words புரிந்து கொள்ளேன், என் கதையை"

"அது எனக்குத் தெரிந்த கதைதான். என்னைப்பார்.. என்று உன் தவறை உணர்ந்தாயோ
அன்றே மறுபிறவி எடுத்தாய் . இப்பிறவியில் உனக்குத் தொழில் கவிதை இயற்றுவது,
பாடல் பாடுவது" என்றார். "உன் அம்மா பெயர் என்ன?" என்றார்.

"முத்தம்மை"

"அப்பா எப்படி அழைப்பார்?"

"முத்தை.."

"அவ்வளவுதானே மாமா பாட்டு வந்தது முத்தைத்தரு பத்தித் திருநகை என பாட்டீ..
sorry பாடு நீ" என்றார் முருகர்.

அப்படி முருகர் அடி எடுத்துக் கொடுக்க அவன் பாடியதுதான்...

> ""முத்தைத்தரு பத்தித் திருநகை
> அத்திக்கிரை சத்திச் சரவண
> முத்திக்கொரு வித்துக் குருபர எனவோதும்..."
> "

ஆம் அவன் என்றது அவர்தான் அவரேதான் அருணகிரிநாதர்.

இளம்பரிதி குமர

28

பெயர்களைப் பின்னொட்டும் அரசியல்

ஒரு தலைமுறையின் கால மாற்றம் பற்றி அறிய அம்மக்கள் வழங்கி வந்த பெயர்களை நாம் கவனத்தில் கொள்வது எளிதில் கடந்து விட முடியாத ஒன்று. அந்த அளவுக்கு பெயர்-கள் மக்களின் வாழ்வியல் முறையினைப் பிரதிபலிக்கின்றன. மக்கள் தங்கள் குழந்தைகளுக்-குச் சுட்டும் பெயர்கள் அவன் எத்தகைய சிறப்புப் பெற்று விளங்க வேண்டும் என்பதை-யும் அவனை அழைக்கும் போதெல்லாம் அவர்கள் அகமகிழ்வு அடைவார்கள் என்பதையும் காட்டுவதாக அமைகிறது. அந்த வகையில் பெயர் என்பது வெறும் பெயராக இல்லாமல் 'நல்ல' பெயராக, 'அன்பு' பெயராக, 'அழகு' பெயராக, 'அறிவு' பெயராக, 'தன்னம்பிக்கை' பெயராக, 'தமிழ்' பெயராக, ' நிறைவான' பெயராக.. ஆமா நீ இப்போ எதுக்கு டி.ஆர் மாறி அடுக்கு மொழி பேசுற என்று கேட்கலாம். செய்திக்கு வருவோம்!

தமிழர்கள், பொதுவாக இடுகுறிப் பெயரை விட காரணப் பெயரையே பெயர்ச்சூட்டுதலில் பயன்படுத்துகின்றனர். ஏனென்றால் தமிழர்கள் தங்கள் முன்னோர்கள் நினைவினைப் போற்-றினர். ஆக தென்புலத்தாரை முதற்புலமாகக் கொண்டது தமிழ்ச் சமூகம். பெயர்கள் வழங்கும் முறை பல்வேறு கூறுகளைக் கொண்டது. அவை பண்பு சார்ந்தோ (நிறம், வடிவம், குணம்) பகுதி சார்ந்தோ (நிலம், வானம் போன்ற இயற்கை) அமையும். இவ்வழக்கம் நம் தாத்தா பாட்டி காலங்களிலும் நடைமுறையில் இருந்தது.

இன்றோ நிலைமை தலைகீழ். காரணப் பெயர் அடிப்படை என்றிருந்த நிலை எதிர்மறை-யாய் இடுகுறி ஆயிற்று. காரணம் (இதுக்கொரு காரணமா? ஆம்.) அந்நிய மொழி மோகம்! (நான் சுத்தி வளைச்சு பேச விரும்பல) எமக்கு வடமொழி, ஆங்கிலம் ஆகியவற்றைச் சிறு-மைப்படுத்தும் நோக்கமல்ல மாறாக அம்மொழியின் ஆதிக்கத்தால் ஏற்படும் தமிழ்மொழியின் சிதைவுதான் கண்டிக்கத்தக்கது. வாயிற்கு வந்த படியே தஸ்ஸூ, புஷ்ஷூ பெயர் வைப்பது (நாக்கில் சுளுக்கு வராமல் இருந்தால் சரி) பெயரின் பொருள் தெரிந்து வைத்தால் கூட பரவாயில்லை. பெரும்பாலும் கண்மூடித்தனமாக பெயர் வைக்கின்றனர். பொருள் தெரிந்தால் அன்போடு இப்படி விளிப்பார்களா என்பது சந்தேகம் தான். ஏனென்றால் சில பெயர்களின் பொருள் தருகிறேன் நீங்களே பாருங்கள்.

1. யாஷிகா - யாசிப்பவள்(பிச்சைக்காரி)
2. மகிஷி - எருமை
3. பிருத்வி - மண்ணாங்கட்டி
4. கேசி - மயிரான்
5. மாயா - பொய் தோற்றம்
6. சுவப்னா - கனவு
7. அபர்ணா - ஆடையற்றவள்
8. ரௌத்ரி - கோபக்காரி

என்ற பெயர்களே தக்க சான்றுகள்.

இன்னும் நிறையச் சொல்லலாம். நான் சமீபத்தில் கேட்ட பெயர்கள் சில லட்சணா, லுச்-சானா, மிருத்திகா, தன்சிகா (இனி கத்திரிக்கா, முருங்கக்கா என்ற பெயர்கள் வந்தாலும் வியப்பில்லை). இம்மோகத்தை உரமிட்டு வளர்கின்றன சோதிடமும் மதங்களும் . வெளி மதங்களான இசுலாமும் கிறித்துவமும் ஆரம்பத்தில் தமிழ்ப்பெயர்ச் சூட்டுதலை ஆதரித்தன. தற்போது அவையும் அந்நிய மொழியில் பெயர் வைப்பதனையே பெருமையாகக் கொள்-கின்றன. பாரதிதாசன் மட்டும் இன்றிருந்தால் "தமிழகத்தின் தமிழ் வீட்டில் தமிழ்ப்பெயர் இல்லை" என்று பாடியிருப்பார். சோதிடத்தின் நவீன ஜிகினாவாக மிணுக்கும் numerology இந்த பெயர் ஆக்கிரமிப்புக்கு எல்லாம் அடித்தளம் .

அட என்னப்பா நீ நமக்கு பிடிச்ச மாதிரி பெயர் வைக்கிறதுல என்ன பிரச்சனை ? என்று கேட்கலாம். பெயர் என்பது வெறும் அடையாளம் அல்ல வரலாறு, எப்படி? சமீபத்-தில் நடந்த கீழடி அகழாய்வுகளில் கிடைத்த பானையோடுகளில் இருந்த ஆதன், சாத்தன் முதலிய பெயர்கள் தான். (உண்மையில் சாத்தன் என்ற பெயரெல்லாம் எங்க தாத்தன் காலத்துல தடைப் போட்டாச்சு அதையும் வடமொழி வளைச்சு போட்டாச்சு சாஸ்தா என்று) அதனாலே தமிழர் நாகரிக பழமையும் அவர்தம் பெற்ற கல்வியறிவு பற்றியும் அறிய முடிந்-தது . நாம் கூட தொல்லியல் துறையின்கண் சற்று எட்டிப்பார்தோம் . இதுவே நம் முன்-னோர்கள் இன்று போல் அன்று ரமேஷ், சுரேஷ், சதீஷ், முகேஷ், கிஷோர், மோகித் என்று பெயர் வைத்திருந்தால் இன்று என்னவாக இருக்கும் என்று சிந்தியுங்கள். வடமொழி தாயக நாகரிகமே கீழடி என்றாயிருக்கும். அப்புறம் இன்று அகழாய்வில் முட்டுக்கட்டை போடும் ஒன்றிய அரசே அயோத்திக்கும் கீழடிக்கும் இடையே பஸ் ரூட் போட்டு பாத யாத்திரை நடத்தியிருக்கும். (கொஞ்சம் ஓவரா போறோமோ? பாத்துக்கலாம்) இப்போது புரிகிறதா தமி-ழில் பெயர்ச்சூட்டுவதன் இன்றியமையாமையைப் பற்றி.

முருகன், குமரன், வேலன், கண்ணன், வேந்தன், மங்கை, செல்வி, ஒளவை என்ற தமிழ் மரபுப் பெயர்கள் எல்லாம் பழையது என்று ஒதுக்கி வைப்பது, கருப்பாயி என்று பெயர் வைத்தால் நக்கலுக்கு உள்ளாக்குவது, அதன் நேரடி சமஸ்கிருத மொழிபெயர்ப்பான ஷ்யா-மளா என்று பெயர் வைத்து பூரிக்கின்றனர். இதே நிலை தான் பெரும்பாலான பெயர்களில் காண முடியும்.

● மாரியம்மா - வர்ஷினி

- கருப்பழகன் - ஷ்யாம் சுந்தர்
- வெள்ளையம்மாள்- ஸ்வேதா
- வெற்றி - விஜய்
- செல்வம் - ஐஸ்வர்யா
- தாமரை - கமலி

இவர்கள் எந்தளவுக்குத் தமிழ்ப் பெயர்களில் அந்நிய மொழிகளைக் திணிக்க முடியுமோ அந்தளவுக்கு ஸ,ஷ,ஐ,ஹ,க்ஷ என்ற எழுத்துகளைக் கூட்டினர். இது மக்கட்பெயரோடு நின்றிருக்கவில்லை. அயல்மொழியாளர் தெய்வப்பெயர்களுக்கும் இடப்பெயர்களுக்கும் வைத்தான் ஆப்பு. (அதை பிறகு ஒரு நல்ல நாள் பார்த்து சொல்றேன்) "கனியிருக்க காய்க்கவர்ந்தற்று" என்று வள்ளுவர் கூறுவது போல் தமிழில் பெயர்கள் பல இருக்கும் போது அந்நிய மொழிகள் எதற்கு? நம் வீட்டில் நிறைவான செல்வம் இருக்கும் போது அயல் வீட்டாரிடம் கடன் வாங்குவோமோ?அப்படி வாங்குவது மூட்டாள்தனம் தானே. இதைத் தான் நாம் மொழியில் செய்கின்றோம். ஆக, தோழமைகளே விழித்துக் கொள்ளுங்கள்!

உடனே நானும் தமிழில் பெயர் வைக்கிறேன் என்று சில ஆர்வக்கோளாறுகள் கிளம்பி விடுவார்கள். அவர்களுக்கு நான் சொல்வது "தெளிந்து தெரிதல்" மட்டும் தான். ஏனென்றால் அலன் என்பதும் தமிழ் வார்த்தை தான். ஆனால் அதன் பொருள் பிணம் ஆகும். அதனை நம் குழந்தைகளுக்கு வைத்தல் முறையாகாது. ஆங்கிலத்தில் அம்மாவை அழைக்கும் Mummy என்ற சொல்லுக்கும் நம் அன்னைத் தமிழில் வழங்கப்படும் சொல்லுக்கும் என்ன வேறுபாடு? சிந்தித்து செயலாற்றுவது நலம். அதுவே தமிழைத் தரம் கெடாமல் காக்கும்.

சில தமிழன்பர்கள் தங்கள் பிள்ளைகளுக்குத் தமிழ்ப்பெயரைச் சூட்டினால் உறவினர்களும் நண்பர்களும் எள்ளி நகையாடி சிறுமைச் செய்கின்றனர் என்று என்னுடன் வருத்தப்படுவதும் உண்டு . இதுவே மேற்சொன்ன அந்நிய மொழியில் நீங்கள் கேலி செய்வது முடியுமா? முடியாது. ஏன்? தமிழைத் தாழ்வாக நினைப்பது தான். நான் ஒன்றும் வட இந்தியருக்கோ ஜப்பானியருக்கோ ஐரோப்பியருக்கோ "தமிழில் பெயர்ச்சூட்டுங்கள்" என்று கேட்கவில்லை மாறாகத் தமிழராய்ப் பிறந்தவருக்கும் தமிழைச் சுவாசித்து நேசிப்பவருக்கும் தான் தமிழ் வழிப் பெயரிடுங்கள் என்று கேட்கிறேன்.

இல்லை இல்லை நாங்கள் சோதிடமுறைப்படிதான் வைப்போம் என்றால் நாளை உங்களை நாடோடி பட்டியலில் இணைக்கலாம். உங்களைப் பயமுறுத்துவது நோக்கமல்ல. காலம் கற்றுத் தருகின்ற தமிழ்த் தேவையால் தான். நான் இங்கே சில இணைய இணைப்புகளைத் தருகிறேன். அதனைக் கொண்டு நீங்களோ அல்லது உங்கள் நண்பர்களோ தமிழ்ப்பெயர்ச் சூட்டித் தமிழைத் தரணியெங்கும் சுடரேற்றுங்கள்.

1. http://pagalavan.in/archives/328
2. http://www.tamilkalanjiyam.com
3. http://wapedia.mobi/ta
4. http://thamizppeyarkal.blogspot.com

5. http://tamilsaral.com/news%3Fid%3D3857.do
6. http://www.sillampum.com/